Thơ Tình
Mộng Tím

Lê Hoàng Trúc

New Danang Press

Published by

New Danang Press

91-1036 Kaikane St.

Ewa Beach, Hawaii 96706

First Printing

Copyright © 2011 by Truc Hoang Le

All rights reserved. No part of this book may be reproduced or transmitted in any form or by any means, electronic or mechanical, including photocopying, recording, or by any information storage and retrieval system, without the written permission of the Publisher, except where permitted by law.

ISBN: 978-0-9848933-0-0

Visit the author's website at: www.lehoangtruc.com

Printed in the United States of America

Lời tựa

"Chúng ta luôn sợ tuổi xuân trôi đi nhưng lại luôn chờ mùa xuân đến" – lời tâm tình của Hoàng Trúc, ẩn hiện những rộn ràng sâu lắng trong một đời người. Giữa cái đến và cái đi – cái còn và cái mất…!

Mỗi mùa xuân là một lần xuân mới, những cánh đào năm xưa, hồn gió đông năm ngoái đâu trở lại bao giờ. Ta nghiêng vai nghe trong từng kẽ lá cành hoa, nó vang lên muôn âm vị trong trẻo lùa vào từng hơi thở rạo rực ngàn giấc mơ đôi lứa. Trôi bềnh bồng, bềnh bồng như muốn dìu dắt nhau về miền không gian kỳ ảo. Một thế giới màu xanh tuyệt diệu, lấp đầy khoảng trống trong mỗi tâm hồn.

Sợi xuân vô hình âm thầm hôn nhẹ vạn trái tim, dệt nên vô vàng khối tình say sưa chìm đắm.

Những cung bậc tình yêu: Tình cha mẹ, tình anh em, tình bạn bè, tình quê, tình non nước, tình trai gái, v.v….

Tất cả nỗi buồn vui xen lẫn, nhộn nhịp theo nhau qua từng khoảnh khắc mơ hồ cùng sương khói.

Gió đông chợt đến vườn đào
Mưa hoa nhè nhẹ nép vào môi em
Làn son ngậm cánh đào đêm
Nghe trong hơi thở hương mềm dáng xuân.

Ngọt ngào êm dịu, Hoàng Trúc gởi lại trong thơ ca những đường nét thanh nhã, nhẹ nhàng cùng sự quyến rũ của một mùa xuân thanh bình.

"Làn son ngậm cánh đào đêm" tha thước và mềm mại quá!... Hoàng Trúc muốn thầm thì qua đêm xuân như gởi vào ai niềm mơ mộng, một tình yêu trai gái chăng?... Hay vẻ đẹp hồn nhiên trong huyền thoại!...

Đúng rồi!
Từ hơi thở rung lên trong sâu thẳm đeo lấy hương hoa lang thang cùng sông núi.

Nhưng than ôi!
Trời đất bao la dáng xuân nào xuể những sợi tơ xuân đâu giăng đủ, có khi rối lại một nơi nào đó trồng lên nhân thế nỗi sầu tình.
"Ai đã bắt gặp nụ hôn chưa ấm đủ, vòng tay chưa khép chặt."

Trời ơi!
Mùa xuân thật buồn biết mấy, đếm cánh mai rơi chờ đợi từng nhịp xuân trôi qua. Đôi khi lại có những cuộc tình tan vỡ làm nên nước mắt.

Tôi cũng đã yêu từng chờ đợi trong tuyệt vọng và bây giờ cũng là tôi cũng trái tim này cũng linh hồn ngày ấy vội vã mơ màng theo những dòng thơ Hoàng Trúc. Ngắn ngơ nhìn lại hàng bao kỷ niệm êm đềm phiêu lãng cả thời hoa bướm.

Một góc trời xanh hoa hé nở
Dưới tàn bóng bướm chập chờn say
Hỏi sao nó đến chờ ai nhỉ?
Hoa có chủ rồi con bướm bay.

Lại một lần nữa tuôn trào trong tâm hồn thi nhân với những dòng thơ đầy lưu luyến mang theo vần điệu uyển chuyển du dương. Như có ma lực níu kéo người đọc rưng rưng đồng cảm. Có đôi lúc thi nhân đợi chờ trong hụt hẫng bên trống vắng. Thầm đếm cánh hoa rơi, bỏ lại nhiều lối mòn ngơ ngác hay ngủ vùi qua nhiều đêm xuân lạnh lẽo...

Chưa ngao ngán! Chưa chán nản! Bỗng một đêm con tim rồ thức dạy lại khao khát đợi chờ cùng bao niền ấp ủ, *"yêu lấy màu nắng e ấp hạt mưa."* Đôi khi vung tay vớt cả mảnh trăng vàng bay theo gió mây cho hết kiếp người, rồi một ngày nào đó trôi về miền hư ảo...

Tình là gì?... Là gói hành trang trĩu nặng trên vai – yêu, giận, hờn, nhớ. Thành hay bại, hạnh phúc hay đau khổ cũng từ đó. Nó cứ mãi bám gót chân ta cùng giẫm lên năm tháng, bỏ lại sau lưng ngàn dấu tình cho một đời rong duổi.

Tình muôn thuở

Ngàn thu trăng rụng nước xin mang
Trải xuống đêm nay một bóng vàng
Êm ái quyện mình con sóng ngậm
Tàn canh nằm lại gió mây tan.

Thế gian ơi hỡi, tình muôn thuở!
Trời đất vạn năm tiếp rộn ràng
Có phải tim này còn lạnh lẽo
Nên lòng tràn ngập những miên man.

Lê Văn Chiêu
(T.P. Đà Nẵng – 2011)
(Những dòng chữ in xéo – thơ Lê Hoàng Trúc.)

Lời ngỏ

Để có được những dòng thơ tròn chữ, vẹn câu, lưu loát đầy cảm xúc như hôm nay, con xin chân thành cảm tạ công ơn sanh thành dưỡng dục của cha mẹ và cũng là thầy cô giáo của riêng con. Đồng thời cám ơn tất cả các bạn đọc hâm mộ thơ Hoàng Trúc đã ủng hộ không ngừng trong hai năm qua.

Trúc đã lớn lên trong xã hội đương thời không được ưu đãi. Gia đình rơi vào hoàn cảnh khó khăn, con đường học vấn dang dở.

Từ khi còn thơ ấu, bắt đầu những vần ngữ A-B-C cho đến ngon từ sâu lắng, ba tôi đã dìu dắt tôi thâu đêm dưới ngọn đèn hiu hắt, gởi gắm xây dựng vào tôi một nền móng vững chắc bền chí rắn rỏi và kiên cường. Mẹ tôi không kém phần là một phụ nữ đảm đan, ngày đêm lặn lội xoay xở trăm chiều, bằng đôi cánh tay gầy guộc chẳng lấy mưa gió cho tôi những hương thơm quả ngọt. Đêm trăng sáng, mẹ cho tôi thưởng thức những khúc dân ca mượt mà êm ái rung lên trong hơi thở tình mẫu tử thiêng liêng thấm đượm tình quê hương.

Ngày qua ngày, đôi mắt hiền từ của mẹ như một ánh sao khuê rọi sáng trong lòng tôi. Mẹ biết tôi rất hiếu học!

Hai ông bà luôn cổ vũ ủng hộ, âm thầm vượt muôn ngàn chông gai bão tố từng bước dìu tôi vào đời.

Một buổi nọ! Dưới ánh ban mai hừng sáng trước cửa nhà chào đón tôi. Trúc đã lớn lên với hình hài nguyên vẹn! Biết buồn vui, biết thương nhớ, biết ơn nghĩa cùng mơ mộng, v.v....

Đêm đêm thường ao ước, ngày nào đó đền đáp công ơn sanh thành của cha mẹ.

Trúc không ngừng học tập trao dồi kiến thức. Tìm hiểu từ bạn bè, xã hội đi sâu vào những trình tự từng thời đại. Trúc rất mê đọc sách, thơ ca, âm nhạc, không bỏ qua một cơ hội nào. Từng giờ từng phút gôm nhặt, tìm hái kết hợp từ ngữ bóng bảy xưa và nay. Thầm thoáng phục các tác giả nhà thơ lần lượt ra đi để lại cho đời một kho tàng văn học vô giá như Hàn Mạc Tử, Thế Lữ, Tố Hữu, v.v.... Xưa hơn nữa, Hồ Xuân Hương, Bà Huyện Thanh Quang, Nguyễn Du, v.v....

Những người con sanh ra trong bão tố nhưng lại có trái tim tỏa sáng như trăng rằm. Dùng ngoài bút phản ánh trung thực, sinh động cuộc sống hàng ngày, tinh thần, vật chất tình cảm của dân tộc ta trải qua nhiều nghìn năm văn hiến.

Ngôn từ Việt Nam phong phú đến tận chân trời tràn ra biển đông khó mà diễn tả hết sự thâm thúy, kỳ dịu sâu lắng của làng văn học nước ta.

Hôm nay Trúc vẫn thấy mình thật sự bé nhỏ là một hạt bụi gió cuốn trôi bồng bềnh mơ hồ trước dòng chảy thơ ca hiện đại đương thời.

Trúc sẽ cố gắng hết mình tìm nhặt tất cả màu sắc hình ảnh những âm thanh lắng đọng trên hành tinh cùng với sự cổ vũ của bạn đọc trên toàn thế giới....

Hy vọng một ngày nào đó hạt bụi này sẽ lớn lên trong vòng tay thương yêu ấm áp của mọi người.

Lắng lặng mà nghe tiếng cát đêm
Gió đưa hạt bụi bổng say mềm
Hương thơm nghi ngút tràn muôn lối
Bóng nguyệt xa xa đến dịu êm.

Nghìn non mây tụ chiều tan biến
Muôn nẻo thu giăng lá nhuộm thềm
Mấy khúc sông thương hoa tím lặn
Đôi bờ còn đọng dấu chân em.

Lê Hoàng Trúc

Phần I

Thơ Tình Bốn Mùa

Lập xuân 2

Mỗi năm đào trổ một lần bông
Vịn cánh xem hoa, đoán bạn lòng
Sương rụng trên tay hương phản phất
Người tìm hư ảo giữa mênh mông.

Trăng lên soi gót, hài gieo bước
Sao lộ, mây đưa, nhẹ dáng hồng
Vườn cũ, đào xưa, tình gợn mộng
Qua mình se lạnh hạt mưa đông.

(Họa sĩ tí hon: Jusmita)

Nàng xuân

Nghiêng vai hứng cánh đào bay
Gió qua nhè nhẹ hương say một mình
Nâng hoa khe khẽ gọi tình
Mời nàng thả gót, chúng mình du xuân.

Xuân 1

Đông tàn, xuân tế, nụ đào lay
Cảnh vật quanh ta vỡ lại đầy
Vớt nước, nước rơi hòa lối gió
Hái tình, tình lọt lạnh bàn tay.

Xem cảnh mà thương người ngắm cảnh
Trông trời buông lệ rửa hồn mây
Năm nay đào nở còn thưa thớt
Hẹn đến năm sau rộ một ngày.

Dấu trăng

Vành trăng anh cắt nửa chia đâu?
Còn lại đêm nay nửa nhạt màu
Gió thổi hương lần theo dấu cũ
Mây tràn muôn lối giúp tìm nhau.

Tuần trăng ai nỡ trút mưa ngâu?
Mây xám giăng quanh ép bóng sầu
Anh đã không về hôn nếp cũ
Đâu còn ai ngắm tuổi trăng sau.

Mộng Tím

Ngày ấy em đi dạ vấn vương
Đưa nhau tay níu mấy dặm đường
Trời thu mây tím sầu xa cách
Cát hạ chân son đợi nhớ thương.

Tương lai đất khách em tìm gió
Bến cũ quê nhà anh ngóng sương
Không biết ngày nào ta gặp lại
Nỗi đau Oanh yến lạc trăm đường.

mầu tím

Ngày ấy em đi dạ vấn vương
Đưa nhau tay níu mấy dặm đường
Trời thu mây tím sầu xa cách
Cát bụi chân son đội nhớ thương
Trông lại đất khách em tìm giờ
Bến cũ quê nhà anh ngóng sương
Không biết ngày nào ta gặp lại
Nỗi đau oanh yến lạc trăm đường

Hoa ngọc lan

Cành lan vẻ đượm nét sầu
Bướm ong lơ cảnh, gió rào rào qua
Đời người tựa áng mây xa
Đời hoa tựa bụi nõn nà mấy xuân?

Ai yêu sắc lệ mời dừng!
Ai chê hương vị xin đừng dội mưa.
Rùng mình tắm hạt nắng trưa,
Hoa cười trước gió, tình xưa ngập ngừng.

Gọi thu giữa đông

Giữa buổi đông mây trời lảng đảng
Một mình say giọt rượu không màu
Cảnh buồn cọ cựa thân lau
Tưởng chừng người ấy đứng sau ôm mình.

Tay cầm bút khúc tình run rẩy
Giọng ngân nga chẳng thấy người đâu
Tiếng nga theo gió vọng sầu
Trong đôi mắt ngọc nhuộm màu thu xa.

Người ơi, còn nhớ tình ta!
Khúc thu viết vội bóng tà chen ngang
Xem bèo nước rụi tàn cuối nẻo
Hồn đông buồn lạnh lẽo chờ ai?

Thầm thì câu hát buồn say
Đôi lời trách móc tháng ngày vắng nhau.
Bao giờ, nước cũ qua cầu
Bao giờ, nắng xuống nhuộm màu vàng thu??...

Bay đi tuổi hồng

Có một người yêu tôi thuở ấy
Hào hoa phong nhã lắm tài hay
Tương tư vừa chớm, người quay gót
Lạnh tím bờ hoa, cánh héo gày.

Đau lòng, tôi chiết một cành cây
Trồng xuống cạnh ao gởi tháng ngày
Một sáng cây sầu rơi quả hận
Gió tình, vườn nhớ cũng nhẹ bay.

Tôi khóc nhưng lòng không rơi lệ
Chân đi mỗi bước một hồn mây
Xa xa tuyết phủ mùa đông đến
Nhìn lại tóc mây cũng trắng đầy.

Hương ru

Trời xám màn mây cảnh thấy sầu
Hoa vườn khô lạnh nhớ mưa ngâu
Run run cành đổ cơn gió giật
Nhè nhẹ hương bay trải một màu.

Bước tới hàng cau vừa mới lớn
Nhìn lui bờ liễu dáng thanh tao
Tháng năm nằm cạnh chia màu nắng
Không biết bao giờ nó mất nhau?...

Tôi hỏi, rồi buồn cây với đất?...
Đêm về thổn thức gởi chiêm bao
Nửa khuya tỉnh mộng tìm chăn gối
Người ấy trông lên tóc trắng đầu.

Nhè nhẹ ôm anh trong giấc ngủ
Ngoài trời nhan nhản ánh trăng sao
Anh ơi! Trọn kiếp cùng hơi thở,
Chớ để tình duyên gãy nhịp cầu.

Lệ khô

Chiều nay đường vắng bóng nàng
Ai đưa mây gió, trăng vàng ngả nghiêng?
Thu qua em đã sang thuyền,
Nghe con sáo gọi lời nguyền nát tan.

Đau thương cành lá chia đàng
Đêm đêm lệ ứa hai hàng thấm chăn
Cung đàn ai khẩy lăn tăn
Mà nghe não ruột nhớ gần, vọng xa.

Sương khuya rơi điểm canh gà
Đường xưa một bóng biết là về đâu?
Tìm trăng hai chữ nguyện cầu
Trăm năm tóc nguyệt xanh màu bên ai.

Bóng Chim

Em ơi! Chớ đến vườn hồng,
Cho con chim mộng đem lòng nhớ thương.
Sáng chiều ra ngắm bóng sương
Mà nghe nó hót vấn vương nỗi buồn.

Rưng rưng mắt lệ chim tuôn
Gió trăng nhìn xuống kéo luồng mây giăng
Vườn kia dáng ngọc dung giăng
Anh về thui thủi ôm chăn khóc thầm.

Phận sen

Sen thuở ấy theo mùa gió chướng
Hoa buông mình nước cuốn trôi xa
Không trăng sao lạc lối về nhà
Đành gởi phận bờ Âu vạn dặm

Nhớ năm nào lá sen anh nắm
Bánh cốm thơm lén lút trao em
Cốm trong sen, hương vị ngọt mềm
Sợi sen vướng cuộn tay hai đứa.

Cốm đó em, đầu mùa nặng nhựa!
Cả lòng anh, thắm đượm tình ta.
Đời bôn ba hạt cốm thay da
Mưa nhão đất chia tình sen cốm.

Nơi tha phương lòng em thấp thỏm
Tìm bóng sen, tìm lá thuở nào.
Dưới nắng chiều bèo nước đưa chao,
Nhìn em ngỡ hồn sen ngày trước.

Tôi và sen

Gợn hồng, sóng biếc cuốn sen lay
Gió thoảng đưa hương con nước đầy
Năm ngoái ôm hoa, hoa tựa ngực
Qua thu tìm lại ngỡ đời phai.

Sầu khơi chi quản tình sen gió?
Quyến luyến người xưa mộng một ngày
Sương rụng qua đêm còn ướt lá
Ngậm ngùi với cảnh mình ta say.

Say

Say một nửa, hồn gởi em một nửa
Tình miêm man, rượu hóa cốc tiêu sầu.
Ngày kia vắc cẳng bãi rau,
Sáng nay ta lại ngã vào hồn em.

Em là mộng là gió đêm ru lại!
Ta còn say mà khe khẽ lời yêu...
Hỏi ta còn được bao nhiêu?...
Nghe mưa gõ nhịp bên chiều không em.

Biển và em

Nghe vọng từ sâu thẳm
Biển hát khúc giận hờn
Sóng như chàng lãng tử
Dạt dào tìm dấu em

Ai đi dưới hạ vàng?
Đâu biết đông biển lạnh
Em bên người yêu mới
Sóng buồn dạo lang thang.

Có bao giờ em hỏi?
Biển biết khóc vì yêu
Nhớ ngày nào em đến
Lội hồn ta một chiều.

Đời cho em và biển
Còn đây bãi đợi chờ
Cát nằm hoài thương nhớ
Sóng vỗ tìm dấu em.

(Họa sĩ: Louis F. Letsche, 1898-1985)

Xuân 2

Người đến ta đi
Người về ta nhớ
Chim kêu cành đào
Cành mai tay vịn

Năm sau hoa nở
Chén rượu tiêu sầu
Ngày trông đầu ngõ
Đêm chờ trăng lên

Tiếc xuân, xuân lại
Rào rào gió qua
Mỗi xuân một cảnh
Hoa nào, giống hoa

Cành xưa đâu nhỉ?
Gốc cũ tựa đầu
Ngẩn lên sương rụng
Đời người qua mau.

Cỏ thu

Mây lững thững trôi về nẻo gió
Người lang thang hồn cỏ đeo chân
Bông mây vướng gót phong trần
Đường về nặng trĩu đôi phần trầm tư

Lời trăng gió bao chừ dừng đấy?
Mộng lứa đôi hẹn lại kiếp sau
Bút sa những luống dạ sầu
Sử tình buổi nọ, buộc vào cỏ thu.

Cánh lan chiều

Chiều qua tóc gió thôi bay
Bóng em đảo lại, tôi say nắng vàng
Đường về nhan nhản mộc lan
Em cười, tôi ngỡ muôn ngàn hương bay.

Trời chung trong trẻo áng mây
Một người mê mãi theo ai một mình
Kiếp này làm kẻ điêu linh
Thuyền tôi có bến mà tình gởi em.

Cơn mưa giữa hạ êm đềm
Mong ai đỗ lại bên thềm bán thơ
Nhìn tôi, em chẳng nghi ngờ
Em nào có biết thằng khờ yêu hoa.

(Họa sĩ tí hon: Jusmita)

Mơ hoa

Hoa rơi anh nhặt cả chiều nay
Mỗi cánh hương xưa vẫn tràn đầy
Lắng đọng lời thương và niềm nhớ
Nhắc về năm cũ những đêm say.

Thời gian mòn mỏi theo năm tháng
Cõi đắng tan dần cùng gió mây
Nước đã xuôi dòng, thuyền có bến
Nhìn hoa mà nỗi nhớ dâng đầy.

Chuyện ba người

Một mùa xuân nữa đến trong tôi!
Dưới nguyệt đêm sương tóc mơ màng
Lầu trúc liêu xiêu, màu trúc cũ
Cung đàn khêu nhẹ bóng mây tan.

Hương quỳnh len lỏi vào trong gió
Nàng cúc buồn buồn chẳng hé môi
Ôm mộng ngủ vùi bên giá rét
Trông hoa mà dạ luống bồi hồi.

Rối lòng tôi nấp dưới cành xuân
Thổn thức năm canh trăng nửa vừng
Ôm cúc, thương quỳnh sương thấm lạnh
Hôn quỳnh, lo cúc, lệ mưa rưng.

Mùi thạch thảo

Vẫn biết hoa xưa dòng thạch thảo
Một thời mơ mộng đón rồi đưa
Nhưng nay hoa đã thành xa lạ
Lối gió hương bay ta ngắm nhìn.

Đêm nay trăng lạnh mây giăng phủ
Đọng lại trên cành một giọt sương
Ngửa mặt, sương rơi, lòng chợt khóc
Người xưa tình cũ tràn nhớ thương.

Ta muốn dấn thân vào dốc rượu
Thả hồn cho gió cuốn đi xa
Thân đây trao cả loài hoa dại
Cho dạ ngủ vùi... trong xót xa...

Tiếng thu

Anh cúi xuống nhặt hết tàn lá rụng,
Em đưa tay che lấy gió mùa thu.
Chớ để lá vàng rụng mãi trong hoang vu!
Gió sẽ cuốn lá thu về cát bụi.

Trong đó có dấu tình và tiếc nuối
Có những chiều rong ruổi của hai ta
Nghe âm vang sống dậy dưới trăng ngà
Tình man mác như hồn thu gặp nắng.

Hai trái tim rung lên trong vắng lặng
Như thuở nào ta mới đến bên nhau
Đôi môi em ướt át vị ngọt ngào
Hai chiếc lá rì rào trên thảm cỏ.

Gió quỳnh hương

Vịnh cảnh làm thơ gió thổi qua
Một làn hương nhẹ lướt vai ta
Không màu, không sắc, người say vội
Nhạt ý, lời thưa vẫn mặn mà.

Bút hoa rẩy mực in chân ngọc
Dấu cũ ngày sau ta lại qua
Ngõ thắm, sương chiều, con bướm đậu
Bên hồ nửa nguyệt dáng kiêu sa.

Trong gió chút hương quỳnh gởi lại
Đêm trăng sao lớn dậy bên đời
Cùng ai theo nguyệt rong chơi
Mua vui khúc nhạc mấy lời thơ say.

Trời vạn dặm gió mây hóa cảnh
Đường thênh thang lối hạnh ta dừng
Muốn vô chân luống ngập ngừng
Cửa cài, then đóng một rừng hoa thơm.

(Họa sĩ tí hon: Jusmita)

Tình chàng ý thiếp

Môi lại kề môi tình đắm say
Ngoài trời mưa đổ buổi ban mai
Rèm thưa còn khép tình tay gối
Tóc nguyệt, râu xuân dệt cõi này.

Chàng lo trăm việc trong ngoài đặng
Thiếp nguyện dạy con chắp cánh bay
Một góc tô đời thêm sắc thắm
Ngày sau hóa phụng dìu cung mây.

Nghĩa

Buổi ấy em qua trời trở hạ
Rầu rầu ngọn cỏ tiếng ve trong
Vô tình phượng nở rơi vài cánh
Trắc ẩn hồn hoa tạc mấy dòng.

Theo mùa thu thổi, người say cảnh.
Lá rụng đêm tàn, ai nhớ mong?
Xin nhận lỗi này sau đáp nghĩa
Nghìn thu, tình ấy… nguyện ghi lòng.

Một mình ta với ...

(Thơ Vũ Miên Thảo)

Rồi cũng thu, khoe sắc hoa cười bướm
Đêm trăng già, hương thu tràn khắp chốn
Hồn thanh tân rạo rực đón em về

Rồi cũng thu, chiều nay mưa nuối tiếc
Chuyện tình yêu dăm giọt nhớ mồ côi
Sao người vẫn xa vời mưa đã hết

Thu sắp hết, trời xanh trong sắc thắm
Mùa vàng mơ oanh yến chạm hồn thương
Người không về nên nắng cũng dửng dưng

Thu sắp hết, sao người không hội ngộ
Vườn lạnh vắng, lá ru buồn với gió
Chắc tại mưa nên ta cứ một mình

"Mến tặng Lê Nữ Sĩ Hoàng Trúc"

Mình ta với ...

(Cảm tác bài thơ "Một mình ta với" của Vũ Miên Thảo)

Lê Hoàng Trúc

Thu lại đến, một bờ trăng dìu dịu
Chút hương quỳnh đọng lại dưới sương khuya
Buông nhè nhẹ trên môi mềm hai đứa

Thu lại đến, giọt mưa ngâu réo rắt
Lá vàng bay mỗi chiếc đẫm lệ tình
Đôi mắt biếc gợn hồn mây nuối tiếc

Thu đã hết, trời thôi thây sắc tím
Đời thênh thang một lối nhỏ em về
Quên mưa nắng mặc vườn thu quạnh vắng

Thu đã chết, thôi buông đùa trước gió
Chiều không tên mưa lại gõ cửa nhầm
Tiếng rì rào lá rụng buổi thu xưa.

Lê Hoàng Trúc trên bãi Sơn Trà, Đà Nẵng (năm 2000)

Biển

Tình biển muôn đời cuộn lấy sóng
Đêm đêm theo gió dội về ngàn
Tình anh như biển trào bờ mộng
Năm tháng thuyền em lượn dọc ngang
Dẫu trời giông tố hay gào thét
Sóng vẫn hồn nhiên vỗ nhịp nhàng
Đôi lúc giận hờn lùa má cát
Thì thầm em hỡi, còn yêu anh???

Mai lỡ

Nếu lỡ mai này mình mất nhau!
Hoa buồn nhạt sắc, ánh trăng sầu
Duyên trần thôi mộng, tình chia nẻo
Em có thầm thì anh ở đâu?...

Nếu lỡ mai này anh cách xa!
Chiều buồn thưa nắng, lối em qua
Vai gày lá rụng vàng thương nhớ
Lệ nhỏ người xưa giọt nước ngà.

Còn đây môi thắm, bờ vai nhỏ!
Còn đó mùi hương đọng xót xa
Xin anh đừng hỏi, làm em sợ…
Ước nguyện cùng nhau, dựa cảnh tà.

Tiếng côn trùng trong đêm mưa

Hãy khóc đi! Cho trái sầu rơi rụng!
Lá úa vàng về cát bụi thay da
Hoa ngủ vùi cánh hứng giọt sương sa
Bỗng thức giấc, hương bay tràn khắp lối.
Nghe quanh đây tiếng côn trùng trăn trối
Sao bây giờ anh mới nói yêu em?
Để thuyền ai neo bến chẳng êm đềm
Cơn mưa thu dội nát mềm hoa lá
Nức nở kêu trong đêm dài vật vã
Người phu già rơi lệ suốt tàn canh.

Quán đêm

Xa em rồi giấc ngủ yên không
Chăn gối kia anh có thoả lòng
Có mỉm cười trong cơn ngáy ngủ
Và điều anh ước mộng cao sang???

Xa em rồi có thấy nôn nao?
Dĩ vãng xưa đôi lúc thét gào
Một mảnh tình ngây thơ khát vọng
Anh chôn vùi đổi lấy trăng sao.

Đường quanh co nẻo dài năm tháng
Lối phượng xưa hoa nở rợp trời
Ai có về bên ấy ghé chơi
Cô hàng nước ngỏ lời chờ khách.

Xa em rồi quán đêm thưa lạnh
Một bóng đào thơ thần vô ra
Mùa phượng này hương gởi gió xa
Cầu mong ai trọn đời êm ấm.

Chúng mình không thể nào gần nhau

Sao mây lặng lẽ đẩy trăng gầy
Cho mộng, bóng hình đêm đến vây
Cho trái tim này thêm rét buốt
Cửa hồn ngơ ngác đợi chờ ai?...

Đàn ấy ngủ vùi hay thổn thức?
Có nhờ men rượu dốc cơn say...
Có tìm gió nước khua trăng vỡ...
Hay khóc vì nhau trọn kiếp này?...

Vườn dâu

Đưa tay hoa đậu trên tay
Gió qua nhè nhẹ hoa bay theo chiều
Xa xa lơ lửng cánh diều
Đàn trâu gặm cỏ, mây dìu trăng trôi.
Cảnh tà nắng xuống lưng đồi
Vườn dâu trĩu quả, ai ngồi hái dâu.
Quay thâu ngã nón gật chào,
Qua năm tìm lại vườn dâu vắng người.

Phố xưa

Phố xưa em bước ngập ngừng
Ngõ đào năm cũ, nắng dừng lơ thơ
Gió đưa hương tỏa lờ mờ
Nàng xuân thuở nọ, ai giờ nhớ không?

Trăng lạc

Trăng kia trăng ở chốn nào?
Đêm nay sao lại bay vào vườn ta?
Nghiêng vai đón ánh trăng ngà
Trăm thu nhuộm lá thay da mộng cùng.

(Họa sĩ Nhật Bản: Susan Haines – cô giáo của Jusmita)

Con oanh

Con oanh đến đậu vườn nhà
Chẳng hay nó muốn la cà tìm ai?...
Nhờ chàng đuổi giúp chim say
Để ta còn mộng đêm nay cùng chàng.

Ngược dòng Hương Giang

Anh hay về bến cũ
Thăm lại con đò xưa
Bao năm rồi không nhớ?
Chuyện chuyến đò đêm mưa.

Câu duyên chưa trao trọn
Con nước vỗ xa bờ
Biết lần yêu là khổ
Chút giận hờn vu vơ

Năm tháng trôi thầm lặng
Làm tan giấc mộng lành
Hoa trên dòng êm ái
Người tìm người mong manh

Anh ở đầu ngọn sóng
Em về cuối dòng hương
Như Ngưu Lang Chức Nữ
Tình mãi hoài vấn vương.

Trở về Sơn Trà

Em đứng đó như linh hồn tượng đá
Gió trùng khơi thổi nhẹ lạnh vai gày
Tiếng sóng biển gọi bờ xô vội vã
Nghe rì rào gợi lại khúc thu xưa.

Sơn Trà ơi, bao năm gội nắng mưa!
Có giữ lại dấu chân mình ngày ấy!
Mảnh trăng xa trót gởi lời thề dại
Kìa lá khô rơi vỡ một hồn thu.

Em về đây, em về để tìm ai?...
Tìm cát bụi hay vết sầu năm cũ?...
Những nụ hôn chưa bao giờ ấm đủ
Những vòng tay chưa chặt để dìu nhau.

Muộn màng rồi ngày dài lẫn đêm thâu
Anh xa quá đắm chìm vòng danh lợi,
Em biết rồi tình ta không vĩ tuyến
Mà sao lòng mãi lạc đỉnh sương rơi???

Bướm thu

Một góc trời xanh hoa hé nở
Dưới tàn bóng bướm chập chờn say
Hỏi sao?… Nó đến chờ ai nhỉ?…
Hoa có chủ rồi, con bướm bay.

Một góc trời xanh
Hoa hè nở
Dưới tàn
bóng bướm chập chờn say
Hỏi sao nó đến
chờ ai nhỉ?
Hoa có chủ rồi
con bướm bay.

Hồn Hoang

Đêm nay ta gởi hồn cho gió
Tìm chút hương thừa tận phố xa
Bất chợt mưa rơi hồn vụn vỡ
Canh tàn… trơ trụi… một mình ta.

Cánh chim cô đơn

Chim bay mỏi cánh lối về xa
Thăm thẳm trời chung một bóng tà
Ngõ cũ, vườn quen, tình lối xóm
Bạn lòng sớm tối mỏi mòn ta.

Nẻo gió, sông hồ, còn thổi lại
Phượng hồng lối hạ có mượt mà
Như chiều năm ấy cười bên cảnh
Hay bạc phai dần dưới nắng qua???

Bao giờ

Bao giờ em thấy trăng rơi?
Mời anh sang ngõ thăm chơi gọi là.
Bao giờ em thấy trăng già?
Tay em anh nắm, chén trà mời anh.
Bao giờ lúa lép lên xanh?
Em sang quỳ lạy hầu anh suốt đời.

Hoàng Trúc

Bài họa

Chỉ em đáy cốc ánh trăng rơi!
Chiếu hoa em trải anh thời nằm chơi.
Miệng em ngậm chén rượu mời
Hai ta cùng cạn một hơi trăng già
Lúa lép mầm nẩy canh ba
Em sang hầu hạ mới ra hạt đều.

Nguyên Phan

Tạo hóa trớ trêu

Ta chợt mộng ôm nàng trong tha thiết
Dáng yêu kiều nhẹ lướt dưới ngàn sao
Ta chợt nghe nỗi lòng đau khôn xiết
Buông vòng tay, em nhẹ bước qua cầu.

Mộng vỡ rồi linh hồn bay lơ lửng
Biết tìm đâu hơi thở ấm mùa thu?
Thôi lặng lẽ đi về căn gác nhỏ
Nhận bao đêm kiếp sống một nghiệp tù.

Ôi tạo hóa, sao người không cân nhắc!
Có ta rồi, sao có cả trăng sao
Để hôm nay lệ rơi mờ khóe mắt
Gió về đâu xin gởi những giọt sầu???

Giọt sương mai

Vung tay bắt hạt sương trời
Long lanh giọt nước nhìn đời ngổn ngang
Sanh ra trong buổi cơ hàn
Nằm trên tay ngọc vội tan thành dòng
Cỏ cây trông cảnh đau lòng
Tương tư thầm kín ngày đông một màu
Ngồi xem trời đất xa nhau
Lòng thương nhân thế tình sầu ban mai.

Dạ hoa

Hoa rụng sáng, đêm hoa lại nở
Người yêu hoa, lúc giận hồi say
Khi buồn lời có đắng cay
Khi vui như nắng gọi ngày mộng chung.

Hoa không chút ngại ngùng trước gió
Chờ bão qua màu đọ sắc hồng
Thề xưa vẫn giữ nơi lòng
Chờ người quân tử, nở hồng đêm xuân.

Thu miên man

Anh đừng buồn khi nói tiếng yêu em
Một đời hoa có bao lần hương tỏa
Vào buổi ấy ta gặp nhau vội vã
Bến thu vàng lá rụng nhớ về nhau

Xin anh đừng đạp vỡ lá thu rơi
Xác vàng bay trăm mảnh khó nên lời
Đường thu vắng chiều hoàng hôn vội tím
Một trời thương mòn mỏi mắt thu ơi!

Nghe trong gió tiếng lòng ai thổn thức
Gọi màn đêm thắt buộc một linh hồn
Thu chầm chậm màu thu còn bỡ ngỡ
Vạt áo tìm, lau nhẹ giọt mi rơi

Ai đã khóc làm tàn thu vỡ nát
Ai cứ yêu cho mộng gối tìm nhau
Và thu tới những tình thu mong đợi
Bến bờ say… êm… khoảnh khắc cuộc đời.

Bướm hạ

Nắng lùa qua cửa buổi ban mai
Hạt nắng trinh nguyên rọi dáng gày
Tôi mãi say mê nhìn sắc lá
Một nàng bướm lạ chập chờn bay

Hoa cỏ đầu mùa còn nhạt sắc
Nhụy vàng đôi chút gió tìm lay
Nhẹ nhàng con bướm đậu bên cánh
Xao lãng vòm mây, bóng hạ đầy.

Dấu hạ

Cỏ úa vương sầu ôm nỗi nhớ
Lá vàng phơ phất đợi mưa ngâu
Thuyền ai thấp thoáng qua dòng cũ
Bóng nguyệt chênh vênh mây phủ nhàu

Hồn hoang lơ lửng trông bèo nổi
Hoa tím ngày xưa dạt chốn nào
Dấu hạ về đêm mờ bóng phượng
Tiếng buồn ve vọng chẳng cùng nhau.

Ngàn năm vẫn đợi

Mưa qua lối hạ cánh hồng lay
Thoang thoảng hương đưa mộng luống đầy
Trăm lũ ong non cười hớn hở
Con chuồn xứ lạ đậu chờ ai?

Cuối mùa lá rụng trời thay gió
Nhan sắc theo ngày cũng rã phai
Vắng khách vườn xưa hoa rũ rượi
Bóng chuồn thấp thoáng dáng hao gày.

Cánh tím hoa xưa

Gió lộng chiều buông hoa tím trôi
Dòng xưa mang lại thuở xa xôi
Nước xanh biên biếc trăng in đáy
Nỗi nhớ, niềm thương sóng cuộn rồi.

Phải chăng thấy đó màu hoa trước?
Lỉnh kỉnh bèo vay có thấy tôi!
Khua nhẹ mái chèo khơi nước động
Người đây, tím đó dạ bồi hồi.

Thơ tình cuối mùa thu "ngày ấy"

Em đi ngày ấy nắng hanh vàng
Khóm trúc sầu vương rũ ngổn ngang
Đàn én bay qua mưa rải hạt
Niềm riêng như báo tuổi xuân tàn

Bao cánh thư về không đáp trả
Mấy mùa thu chết bóng lang thang
Anh ơi, đôi ngã tình dang dở!
Một kiếp hoa rơi mộng lỡ làng.

Hawaii (năm 2011)

Xa xa sương rụng giữa hoàng hôn
Màu tím vỡ tan giấc mộng còn
Ngàn dặm sơn hà mây phủ kín
Kìa trăng vừa ló mảnh con con.

Cây trúc xinh

Một cây trúc xinh xinh
Chim về tìm nơi trú
Chiều nay lá rung rinh
Không yên trong giấc ngủ.

Một cây trúc xanh xanh
Đêm nay nằm ôm lạnh
Chim quên về reo vui
Ngoài trời mưa không tạnh.

Trúc thầm thì trước gió!
Bão tố có lùa chăng?...
Ước hóa thành rêu đá
Nào biết đến nhọc nhằn.

Mưa hoang

Những tháng năm ta còn em ở lại!
Lá mùa thu nào có nghĩa gì đâu!
Sao bây giờ, mỗi lá chứa niềm đau?
Đến tan nát và ngập tràn nhung nhớ.

Em xa ta, bến bờ đêm trăn trở
Có lẽ nào em chẳng thấy xót xa!
Con đường đó bước chân đêm nghiệt ngã
Anh tội gì, sao em bỗng quay đi?…

Câu yêu thương ngày trước có lẽ gì?…
Nụ hôn nồng khiến lòng anh tê dại
Ở cõi nào tìm lại được ngày ấy
Anh nguyện làm hạt bụi đến bên nhau.

Trong bơ vơ cho vơi những giọt sầu
Trong khắc khoải tim rung về dĩ vãng
Xin một lần em qua làn gió vắng
Gọi mưa về đọng lại chút hương xưa.

Đông về chưa anh

Đông đến chưa anh, có lạnh không?
Bờ xa trông mãi áng mây hồng
Em lo sương kéo về bên ấy
Nhỏ xuống lòng anh giọt nhớ mong

Đêm về lành lạnh gió lùa ngang
Em sợ trời quê nắng rụi ngàn
Bên ấy mưa phùn, hay giá rét?
Lạnh người trai Việt lúc trăng tan

Năm nay đông sớm hơn năm cũ
Gió giật từng cơn chiếc lá gày
Chúng tựa vào nhau tìm hơi ấm
Như mùa đông trước anh bên em

Xa xa tuyết rụng tình hoang vắng
Chiếc áo em đan với mỏi mòn
Mười ngón tay se từng múi chỉ
Gởi anh tất cả tấm lòng son.

Em về bến xa

Chút hương đọng lại trên cành
Sợ làn gió thổi mộng lành lung lay
   Bên trời lơ lửng áng mây
Xin đừng rơi lệ cho ai bận lòng
   Vàng thu lá rụng trên sông
Thuyền tình sóng đẩy cuối dòng xa xôi
   Em về neo bến hạ rồi
Xin anh đừng đợi, thu trôi thêm sầu.

Cơn gió vô hình

Xin một lần ôm anh trong giấc ngủ
Chưa một lần ta hứng nụ hôn say
Gặp một lần nghe hương tỏa mây bay
Trong khoảnh khắc con tim rồ thức dậy
Anh thì thào gởi vào cơn gió xoáy
Em âm thầm thương nhớ ngón tay đan
Muộn màn rồi cơn mộng giữa thế gian
Anh nức nở khi màn đêm buông xuống
Con thuyền tình chìm dần trong cát lún
Giọt lệ sầu em gõ nhịp thâu canh
Chiều hạ buồn gọi khe khẽ tên anh
Mong ngày tháng mang đi niềm thương nhớ.

Đường xưa

Bóng chiều ngả xuống đầu làng
Hồn thu mờ nhạt mây ngàn lửng lơ
　　Xa xa ló ánh trăng mờ
Đàn cu gõ mỏ nghé thơ kêu bầy
　　Tôi về đứng ngắm lá bay
Thăm người năm cũ đếm ngày tôi xa
　　Mười năm cách biệt quê nhà
Dòng sông bạc nước, núi già mù sương
　　Tình xưa đôi chút vấn vương
Heo may ngóng lại con đường xinh xinh
　　Trốn cha hai đứa rập rình
Cái thời ong bướm tụi mình thích ghê
　　Thế gian biết mấy nẻo về
Một cơn lốc xoáy bốn bề hương bay
　　Đêm nay ta uống cho say
Mười năm gặp lại thế này còn không?
　　Dưới đèn tóc điểm sương bông
Nhìn em vẫn dáng hương đồng, cỏ mơ
　　Trăng lên mây nước lửng lờ
Con đường năm đó, anh giờ muốn qua.

Họa hình

Thoáng chân mây nhớ lại một bóng hình
Bao năm dài, ta làm kẻ điêu linh
Ngắm sao rơi, ôm lá vàng mơ mộng
Thu đến, thu đi, thầm thì trông ngóng
Mãi vô hình chìm lặng giữa không gian.
Chiều hạ vàng ngõ vắng tôi lang thang
Nắng ru nhẹ cây cỏ buồn man mác
Mơ màng vẽ tên hoa lên mặt cát
Gió vô tình thổi nhẹ xóa tên em.

Mưa về lối cũ

Đưa tay bắt lấy hạt mưa
Mưa tan vào gió, người xưa xa dần
Đường chiều cỏ dại đưa chân
Dừng bên cảnh cũ, chín tầng mây cao.

Bây giờ người ấy về đâu?
Trăng sao còn ngắm, mái đầu còn xanh?
Gió đưa ngọn liễu chòng chành
Năm sau gặp lại, đôi cành quên ta.

Âm vang mùa thu

Em lắng nghe mùa thu
Tiếng lá rơi xào xạc
Nắng vàng trải thênh thang
Thẩn thờ buông khúc hát

Em lắng nghe dòng thu
Rì rào, rì rào chảy
Con nước về bến xa
Đôi bờ quên động đậy

Rung rinh chùm tím nước
Mơ màng giữa trời xanh
Tiếng trùng dương hờn giận
Gọi tên anh bao lần.

Vẫn nét thu dìu dịu
Mỉm cười lá vàng bay
Tay nâng, môi hôn nhẹ
Gối thu mộng tràn đầy

Thu ngập ngừng

Thu còn reo mộng đá, anh ơi!
Đôi chiếc vàng vàng, dăm chiếc rơi
Qua nắng sương chiều buông nhẹ nhẹ
Nhịp buồn xao động gởi đôi lời.

Thân gầy nhớ lá dừng chưa tỉnh
Nên tưởng thu qua, thu vẫn còn
Giá chuyện ngày xưa không có gió
Thì tình cây lá mãi vàng son.

Nếu trời thổi ngược nhiều thu trước?
Dám hỏi anh rằng có kiếm em?
Như mộng qua hình, trăng xuống gối
Như bèo theo nước chảy êm đềm.

Giật mình nghe sợ ngỏ thu xa
Anh hứa đi anh những buổi tà!
Xin gởi tàn khô giọt sương ngọt
Chiều lên non nước, sẻ oanh ca.

Hai mùa mưa

Hỏi anh rằng, mưa về còn nhớ đông xưa?
Nước qua tà áo nhuộm thắm hoa đào
Anh cười, nhìn em không nói
Nghiêng mình, e thẹn quay đi.

Khe khẽ đôi lời, chúng mình cùng phố em ơi!
Gió lên rồi đó, đường vắng bóng người!
Anh mời, mời em chung bước!
Mây hồng lơ lửng chiều trôi.

Xuân sang, thuyền em rẽ bến
Ngoài hiên cánh bướm giao mùa
Anh về buồn bên gác vắng
Thơ tình hờn dỗi yêu em.

Đêm nay, gặp nhau trên bến sông Hàn
Tình xưa hai đứa ngỡ ngàng
Anh cười, nhìn em không nói
Mưa tìm rải nhẹ phố xưa.

Yêu

Ngủ đi anh! Tai nghe hồn thác đổ,
Mộng thu say, môi em ngọt giao hòa.
Ngủ đi anh! Lòng nghe tình cám dỗ,
Đêm cuối thu tay gối một cành hoa.

Đời uẩn khúc biết bao lần trăn trở,
Sống không yêu chẳng phải nợ muôn người?
Xin đừng để tuổi tiên thành dĩ vãng,
Trời thiên thu nuối tiếc nhuộm về đâu?...

Ngày nắng ấm, nghe môi tìm gió cát,
Chiều không em khập khiễng dạo lối mòn.
Cửa thế gian trăm năm là bao nhỉ?
Thả linh hồn theo ngỏ gió lon ton.

Vườn lão hạc

Xin gió mới, đừng làm ta chao động!
Cho hồn hoa yên tịnh dưới mây xanh.
Xin mưa bay đổ qua miền đất rộng!
Để vườn trinh ôm trọn giấc ngủ lành.

Đêm tịch vắng, tiếng chim đâu bỗng hót?
Rót qua mành nghe lảnh lót trong veo
Tình trúc mai, thu nguyệt, nước đưa bèo
Vườn thơ hạc ngậm cười bên ngõ vắng.

Sương đêm thu mang theo ngàn vị đắng
Mưa rì rào nhưng mưa chợt ghé qua
Sáu mươi năm bỗng chốc vụt bay òa
Như bóng khói ta vừa buông nhè nhẹ.

Tình vẫn đến và hồn thơ vẫn sáng
Người vẫn yêu cùng hoa cỏ mộng mơ
Vẫn ngu ngơ vẫn khao khát đợi chờ
Mong ở gió mang về lời ru dịu.

Thu bất chợt

   Thu chợt về
Lá vàng bay lất phất
   Giọt mưa ngâu
Tàn trơ run bần bật
   Tiếng tơ lòng
Ai gởi người hành khách
   Gió tình yêu
Hương thầm ví như thạch
   Giữa mùa thu
Tay vịn cành thiên lý
   Muộn cánh hoa
Hương bay người mộng mị
   Thu còn đó
Mộng chưa thành nhớ ai?
   Sương buông nhẹ
Chiều tím thu đi rồi!...

Một nửa vầng trăng

Hỡi người quân tử đàng đông!
Cớ sao, vớt bóng dưới dòng sông sâu?
Trăng vàng tỏa khắp năm châu
Anh ôm một nửa, biết đâu em tìm?

Tìm anh như gió tìm chim
Đưa tay bắt gió, nghe tim rụng rời
Bao giờ nửa nguyệt ghé chơi?
Còn đây một nửa, em mời bóng xe.

Gió phương nam

Nhớ ai, mà nhớ cả lòng?
Theo trăng lơ lửng rơi dòng sông sâu
Mây qua thổi ngọn gió sầu
Em thương, em gởi một màu son tươi

Trời Nam vọng lại tiếng cười
Giọng anh trầm ấm thật người em yêu
Trông xa bóng ngã về chiều
Đêm nay sương lạnh… ít… nhiều nhớ anh!...

Giao mùa

Lạnh phương Nam thổi sầu man mác
Hoa rụng nhiều hay ít giữa đông?
Tương tư dựa ánh trăng lồng
Đêm nghe gió hát, rót lòng biển sâu.

Muôn dặm nhớ chảy vào tận đáy
Ngày xôn xao nắng gọi khơi xa!
Trời chung rải hạt nắng ngà
Tan sương đất ấm, người xa lại về.

Cành xoan chiều

Đông trở gió đưa người khuất nẻo
Ánh trăng lên lấp ló đầu cành
Em về một bóng không anh
Trăng lần dấu cũ soi nhanh dặm đường.

Rồi trăng lặn gối hương kề má
Tình mong lung như hạ trông mưa
Qua song lay động bóng dừa
Gió đi, đông lại, người xưa chưa về.

Hoa mãi ngậm lời thề trăng nước
Người trong mơ một bước đời xa
Cành xoan đứng dựa chiều tà
Lắng nghe tiếng hạc réo già hoàng hôn.

Phấn hoa

Trông hoa dưới nguyệt ngập ngừng rơi
Tay nhẹ nâng cành sắc cựu vơi
Nửa cánh hồng nghiêng theo vạc gió
Kề môi hôn nhẹ, nhựa vay đời

Hoa cong nuối tiếc đêm thu gọi
Một kiếp vui buồn mưa nắng rơi
Để lại cho đời muôn sắc thắm
Tan vào cát bụi, hồn rong chơi.

Khúc dạ đông

Một cõi, một tình, một ngả chung
Hư hư, thật thật, bách reo tùng.
Gió đông đưa nhẹ bờ trăng khuyết,
Rượu ngậm, môi cười, nước mắt rơi.

Cảnh cũ, người xưa lìa bỏ đời
Ôm cây nhớ lá hồn chơi vơi
Trời gieo sương khói lùa đông lạnh
Nhuộm tím đêm buồn dạ thức say.

Còn đây hơi thở vết tình rạn
Còn đó bờ rêu dựa núi mây
Năm ngón tay gày đưa trước gió
Mơ màng chạm lại dấu yêu xưa.

Dẫu là đêm có dài thêm nữa
Còn đợi trăng lên vịn dáng dừa
Hôn lại một lần trong khuất biệt
Men tràn dìu mộng, cỏ reo mưa.

Vào hạ

Nghiêng mộng, gối hoa chờ tóc liễu
Gót hồng đọ chiếu bóng xuân xa.
Ngọn đào trước gió còn đôi cánh,
Ánh vàng qua nhẹ lá trở già.

Mày nguyệt, môi son, gương tỏa ánh.
Ngoài hiên oanh sẻ nối đuôi ca,
Bình minh hoàn tụ reo mành trúc,
Nắng gọi ngày lên, hạ mượt mà.

Trăng

Trăng có còn thương, có nhớ đến tôi?
Nắng tắt hoàng hôn phủ tận chân đồi
Trăng trên cành gió đẩy ra khơi
Trăng nằm cho áng mây trôi
Sao hứa cùng ta gối mộng đời!...

Đau đớn tình duyên giấc cuội vỡ tan
Đêm vắng đìu hiu thu giục lá vàng
Khi trăng tàn về cuối chân mây
Tôi còn đứng ngóng đâu đây
Cứ ngỡ người xưa ở chốn này.

Tửu sầu qua đông

Nâng chén chưa kề môi đã say
Say tình, đời bạc chốn trần ai
Say trăng thả bóng đùa rêu nước
Một hớp xé lòng ngụm rượu cay.

Tô son, tìm tóc màu xuân nhạt.
Bụi phủ chiếu hoa đợ dáng gày
Dạ thức năm canh đêm hóa cảnh
Tương sầu đọng lệ buổi ban mai.

Mộng đông

Lá rụng sầu reo tiếng gió đêm
Trăng khuya dìu dịu bóng in thềm
Một mình, một cõi thương cùng nhớ
Kìa mảnh sao băng rớt nhẹ êm.

Cảnh đây, đâu phải nhiều năm trước?
Buổi đó bao giờ cũng có em!
Gà gáy râm ran ngoài lối hạnh
Nghiêng vai thức giấc mộng êm đềm.

Nửa hồn thu lạnh

Gió chở thu về giăng khắp nơi
Trông áng mây qua gởi mấy lời
Cát bụi dang tay ôm lấy lá
Hồn thu sầu rụng tiếng mưa rơi

Ta khóc hay trời buồn nhân thế?
Bóng chia hai cõi người chơi vơi.
Trăm năm ai nguyện cùng đi hết!
Mây tím chiều nay một khoảng trời.

Ước

Con trăng tròn giữa đêm rằm
Bay ngang qua cửa tôi nằm ước ao
Ước gì ngày đó đến sau
Ước gì mây gió đừng chao bóng hằng
Ước gì cho mộng lùa chăn
Ước gì trăng tỏ xuống gần càng tươi
Ước gì nghe tiếng em cười
Ước gì ôm lại dáng người năm xưa!!!...

Lê Hoàng Trúc (năm 2003)

Hoa

Hoa chi núp dưới nắng hồng
Anh qua đảo lại về lòng càng say
Ngày sau bước vội ngỏ này
Hoa kia ai hái, lối gầy vắng hương?...

Cánh mai vàng

Con ong đậu cánh mai vàng
Nắng xuân hạ dáng, giọng nàng thiết tha
Chàng ngồi nghe tiếng em ca
Tình xuân réo gọi mây là đà bay
Cung đàn khua nhẹ chim say
Tay chàng mười ngón điệu gày du dương
Chiều xuân hoa nở một vườn
Xem trần gian rộn, phố phường ngắm mai.

(Họa sĩ tí hon: Jusmita)

Giọt nước mắt cho em

Nếu có thể, một phần của riêng em?
Cho anh xin hóa thành giọt nước mắt
Sống lăn tròn qua má hồng êm ái
Và chết già trên môi mọng một chiều thu.

Tống mộng sầu ca

Ai đã vào đêm giấc ngủ nồng
Có còn vương vấn đến tôi không
Có nghe sương rụng hồn hoa vỡ
Lối vắng chim kêu ngọn gió lồng?...

Mây bay se mộng cùng trăng nước
Bóng đổ bèo trôi, tím mấy bông
Trăng hỡi, soi chi cho cảnh bạc!
Anh về bên ấy có yên lòng?....

Mộng tư hoa

Hoa bay bay
Sương chiều xuống
Người đi xa
Tình ướt lạnh.

Hoa lại nở
Người vẫn xa
Xuân đi vội
Còn mình ta.

Hoa chợt cười
Người về đến
Xuân tư mộng
Ngỏ đời say.

Hoa rụng xuống
Người ôm hoa
Hồn tan lạnh
Lệ xuân nhòa.

Hoa thủy tiên

Nhà em có hoa vàng trước ngõ!
Nếu thường qua anh nhớ ghé chơi!
Quỳnh hé nụ trăng khuya sáng tỏ
Đêm giữa thu lồng lộng một trời.

Ở bên ấy mưa nhiều hay nắng ấm
Biển đùa vui sóng vỗ anh có nghe
Hay gió cát cháy làn da nước mặn
Xóa dấu chân bụi phủ lối đi về?...

Anh có thấy dãi ngân hà lấp lánh?
Phía trời đông mờ nhạt một hồn sao
Cảnh hai quê thiếu tình cùng thiếu bạn
Chiều hôm qua mây phủ bóng sao sầu.

Sao rơi xuống cạnh dòng sâu
Mong tìm hoa tím tìm màu cỏ xanh
Thuyền ai qua bến chòng chành?
Mua giùm tôi với một cành thủy tiên.

Nếu lỡ

Mai này nếu lỡ mình quên nhau!
Thơ cuộn chiều đông thả bến cầu
Thiên hạ gôm về làm nỗi nhớ
Muôn đời tình đẹp chuyện trăng sao.

Thơ có hồn anh đẫm lệ em
Một ngày chưa gặp như dài thêm
Anh có bao giờ nghe lá đổ?
Ngỡ rằng gió lạc tìm về đêm.

Rồi những chiều tà ngắm hoàng hôn
Mượn mây phiêu lãng đến đầu thôn
Hôn lên vành trán người tôi mến
Một chút tri âm mãi mãi còn…

Chuyện tình trên dòng Sông Hương

Hỡi ai, có nhớ cố đô vàng!
Em ở, người về mộng dở dang
Con nước Sông Hương êm ấm chảy
Đò đưa khuất nẻo ánh trăng tàn.

Chuông chùa Thiên Mụ ngân nga đổ
Một thoáng mây trong nắng rọi ngàn
Thu lại lá chiều rơi gợn sóng
Sông Hương vời vợi vắng đò ngan.

Lâu đài cổ tích

Anh cùng em đi xây
Một lâu đài cổ tích
Công chúa gặp chàng cóc
Chỉ có trong truyện thôi.

Rồi những mùa thu trôi
Mây kết thành xe ngựa
Em làm thiên nga nhỏ
Anh đón em về trời.

Trăm hoa cùng đua nở
Trăng trải giữa thềm mây
Rượu tiên ta uống say
Quên tháng ngày gian khổ.

Có khi nào mây vỡ?
Em hóa thành mưa rơi
Anh đi làm ông sấm
Ta dựng lại đất trời.

Xin còn gọi tên nhau

Ta gởi vào đêm những ảo mộng
Ru hồn phiêu lãng đến chân mây
Xe duyên kết tóc cùng trăng nước
Để mãi ngàn thu giấc ngủ say.

Đừng hỏi nhé anh, bởi tại sao?
Bao nhiêu lời ngọt bỗng thêm sầu
Nhện chăng tơ muộn không thành tổ
Vào mỗi hoàng hôn lại nhớ nhau.

Bây giờ, xuân đã sang chưa anh?
Gió mới tràn qua động bóng cành
Mỗi lúc đưa em về cuối nẻo
Như ngày e ấp mái đầu xanh.

Rồi tháng ngày qua em vẫn thầm
Người xưa dấu kín mãi trong tâm
Thời gian gặp lại mong còn nhớ
Xin gọi tên nhau chớ lẫn nhầm.

Ai yêu màu tím

Xin được làm một cành hoa sim tím
Mọc trên đồi cát trắng giữa hoang sơ
Anh có qua lối mòn tìm hương dại
Nhớ dừng chân hôn nhẹ mắt môi chờ.

Phong cảnh thế người có say không nhỉ?
Hay em làm một cánh lục bình đêm
Chờ thuyền anh mỗi tối đỗ êm đềm
Dù ảo tưởng của loài hoa trên nước.

Em màu tím, màu chung tình sau trước
Nhìn bến bờ là khoảng cách thời gian
Gặp nhau chi, cho sông nước ngỡ ngàn?
Cho hoa tím mỗi chiều càng thêm tím.

Thập lục khĩm cầm

Khĩm cầm gõ nhẹ canh khuya
Trăng thu thức giấc mây chia khoảng trời
Đêm tịnh vắng nơi nơi yên giấc
Khúc tương sầu trời đất xa nhau
Gặp chi cho dạ thêm rầu?
Sương mai luống gió nặng màu khói qua.

Xin một lần bên nhau

Xa em rồi, anh có buồn không?
Những đêm trăng thơ chảy thành dòng
Tiếng thở dài trong cơn gió thoảng
Em gom từng lời nhớ qua song.

Xa em rồi, anh có thầm mơ?
Chút sương đêm đeo mái đợi chờ
Mưa róc rách thay lời tình tự
Tiếng tơ lòng hai mối ngẩn ngơ.

Trăng đã khuya bốn bề tỉnh mịch
Anh ngủ vùi hay thức thâu đêm
Hoa sẽ nở, hương theo chiều gió
Dấu chân chim gởi lại bên thềm.

Dẫu nắng mới quay về xóa vết
Dẫu thu vàng lá ngập đường bay
Anh cứ mộng, ta tìm bến đỗ!
Dù một lần mượn giọt men say….

Chuyện chúng mình

Khuya vắng em về, anh ở đâu?
Vườn thơ hiu quạnh giấc thu sầu
Hương bay lất phất tìm hơi ấm
Năm ngón tay buồn đôi mắt sâu.

Khuya vắng em về, anh biết không?
Hớn hở quà thơ gởi bạn lòng
Đôi nét xuân thu nhặt phố lạ
Trời thương ngàn dặm trở mênh mông.

Có phải anh tìm trong quán say?
Tìm men ru nhẹ gió đùa cây
Rồi quên ngõ vắng vì cao chén
Cho mỗi mình ai nức nở dài.

Nắng có màu yêu nắng thủy tinh
Anh về bước nhẹ cỏ rung rinh
Màu son đọng lại trên viền áo
Một chút hờn ghen chuyện chúng mình.

Giọt nhớ qua đêm

Ngủ đi trong mộng ta tìm nhau!
Cho mắt cho môi đến bạc đầu
Trống vắng đêm nay trời trở lạnh
Mành thưa réo rắc giọt mưa ngâu.

Xa nhau mấy bữa đà mong nhớ
Nắng hạ xuống vàng trên bãi dâu
Giọt nước qua đêm đọng khóe mắt
Giật mình lăn nhẹ, gió đưa sầu.

Từ dạo ấy

Từ lúc biết anh, em hay dại khờ!
Như chim lẻ bầy chiều đứng bơ vơ
Như hoa nở muộn chìm bên thềm vắng
Để gió mỉm cười buông ngọt ý thơ.

Từ lúc biết anh, em hay giận hờn!
Đêm khuya mơ màng giọt lệ cô đơn
Chút nắng heo mây lùa trên gối mộng
Sương khói vô biên hình bóng chập chờn.

Ai làm nên những khúc nhạc sầu?
Cho kiếp người mang nặng khổ đau.
Ai gởi ai những lời yêu rạng rỡ?
Kể từ ngày ấy, ta lại nhớ nhau.

Hai khoảng trời đêm

Gió núi về gọi chim ngàn bay
Mây lang thang đưa hồn qua suối
Ta gặp nhau trong chiều mưa bụi
Rồi đêm về lại nhớ thương nhau.

Em vẫn biết tình ta là ảo mộng!
Tìm đến nhau qua những giấc chiêm bao.
Giữa mênh mông đôi linh hồn trốn chạy,
Bỏ thế gian, bỏ cả những sắc màu.

Đêm buông xuống là khi mình gặp gỡ
Một con thuyền không bến chở hai ta
Anh hỏi em, có bao giờ trăng vỡ?
Em mỉm cười em bảo lúc trăng già.

Đếm từng canh theo nhau qua tiếng sóng
Bình minh lên và bóng ngả hoàng hôn
Anh ở đâu… em đâu rồi… trong bóng tối?...
Hai phương trời cách biệt giữa màn đêm.

Xuân vắng em

Vời vợi năm canh trăng rọi lòng
Sắc quỳnh se lạnh ngủ qua đông
Người đi ta nhớ tình năm trước
Sân vắng hương xưa nhạt nắng hồng.

Đêm nay sầu lại tìm men say
Trăng nước trông qua vỡ lại đầy
Giọt đắng vô tình rơi sông thẳm
Nhạt nhào bóng nguyệt giữa vòm mây.

Mai lỡ duyên mình lặng lẽ tan!
Thì xuân buồn bã ngỡ mai tàn
Người đi xuân nữa là bao nhỉ?...
Tỉnh mịch hồn đào lạnh gió sang.

Cung thương vời vợi chiều không em
Bến thẳm non xa cửa vén rèm
Dõi bóng chân chim về ải gió
Xuân già bên mộng, xuân không em.

Đoạn tương tư

Năm ngón tay hứng hoa trước gió
Hoa trên tay, hoa lại vô tình.
Không hương sắc, không cựa mình,
Không lời âu yếm mà tình ta say.

Đêm đã cạn, ngày dài nối gót,
Tình đơn phương như giọt sương chiều.
Rơi trong cảnh vật tiêu điều,
Tan theo buổi gió, mây dìu nhẹ trôi.

Đóa quỳnh nở muộn

Tôi viết lời thơ kể về ai!
Câu chuyện ngày xưa mảnh nguyệt gày
Vạn vật lặng chìm trong giấc ngủ
Trăng vàng soi bóng đóa quỳnh say.

Anh đem thương nhớ lùa môi ấm
Hương tỏa chưa nồng mưa nhỏ cay
Mắt ngọc vương sầu theo tháng tháng
Bên đời hiu quạnh một hồn mây.

Viết cho người tôi yêu (T2)

Biết bao giờ, ta có lại chiều ấy?
Cái ngây thơ và khờ dại một thời.
Biết bao giờ, ta được nghe, nhìn thấy?
Bóng người xưa thấp thoáng dưới mưa rơi.

Tuổi gày vội ôm nỗi buồn man mác
Chiều hôm qua trĩu nặng chuỗi suy tư
Đi trong gió bỗng thấy hồn lưu lạc
Trông sương rơi mà dấu lệ khơi nguồn.

Tôi đã khóc cho cõi lòng lắng dịu!
Tôi đã yêu trong thương nhớ cô đơn!
Đôi khi viết gởi ai lời khó hiểu
Bởi vì ghen nên trút nặng dỗi hờn.

Rồi những buổi hoàng hôn soi màu lá
Thời gian trôi như gió cuộn mây bay
Ký niệm xưa mờ dần trong nắng hạ
Chỉ còn ta thơ thẩn ở nơi này.

(Họa sĩ tí hon: Jusmita)

Đào lạnh đông

Chớ khéo nằm nư đợi gió đông!
Nụ còn bé tý muốn đơm bông
Xuân nay đâu phải không còn tết
Đợi đến xuân sau mới trổ hồng.

Đông

Thu tàn, đông diến hạt mưa rơi
Mây xám vây quanh một khoảng trời
Gót ướt đường về không bóng nguyệt
Thương quì rét lạnh, cánh nghiêng rơi.

Xa nhau, anh có còn lưu luyến?
Một chút yêu em, nhớ chuyển lời
Dẫu biết hư không và mộng mị
Tim hồng ai ấp giữa chơi vơi???

Dáng xuân xưa

Gió đông chợt thổi lạnh vườn đào
Lác đác mầm non gợn thanh tao
Vội vã cánh tiên cười bóng gió
Nhẹ nhàng dáng lụa hứng mưa ngâu.

Xuân sau rảo bước hàng phố cũ
Nắng mới tràn qua luống anh đào
Dõi mắt trông theo người đỗ lại
Đêm về thầm hỏi dáng xưa đâu?...

Lời cuối cho anh

Thu về man mác dạ sầu riêng
Hai khoảng trời xa lạc mối duyên
Muôn vạn trăng sao chìm khắp nẻo
Bên chờ, bên đợi lắm ưu phiền.

Xin anh hãy cố quên tình ta!
Một chút hương thơm gởi bóng tà
Gói trọn nỗi lòng thương lẫn nhớ
Từ nay đôi ngả mình chia xa.

Anh có hờn em, có giận em?...
Ví như bướm lượn gió qua rèm
Ví như nắng rụng trên tàn cỏ
Xin múi thời gian nhạt bóng em.

Mai này tỉnh giấc chúc anh vui
Sẻ hót, oanh ca, hoa nở vàng
Hình bóng diễm kiều tan với gió
Con đường anh bước rộn xuân sang.

Sóng và cát

Ào ạt lại dịu êm
Ồn ào và lặng lẽ
Sóng đến, sóng lại đi
Cát khô dào dạt nhớ.

Biển đêm nghe tiếng thở
Từng hồi vọng bờ xa
Lòng chàng sâu như biển
Gom trọn trái tim ta.

Trưa nay sóng lại về
Cơn mê tình vẫy gọi
Cát chia thành trăm ngả
Mơ màng dưới trăng trôi.

Chiều mưa lòng biển tối
Con sóng vỗ xa bờ
Ái ân vừa tan vỡ
Cát nằm lạnh chơ vơ.

Cơn mộng lùa trống vắng
Ngày tháng tình tả tơi
Anh có thầm nuối tiếc?
Sóng cát cuộn một thời.

Mộng đào hoa

Cây đâm chồi
Nụ vừa hé
Cánh đào bay
Người chợt khóc
Gió xuân đi
Quên trở lại
Cảnh năm xưa
Màu tóc mới
Tuổi tiên đầy
Đêm xuân cuối
Ngậm ngùi rơi.

Vàng thu

Sương giăng giăng
Tình man mác
Thu trở vàng
Đôi lá rụng.

Hồn loan gió
Lùa bể mơ
Vì sao lạc
Khóc dại khờ.

Cho nhau một lần

Vi vu một cõi đi về
Tình xưa gợn bóng, trăng thề soi chung.
Trăm thu một tối ngượng ngùng
Nhìn nhau mây gió mông lung tím ngàn.
Rì rào chiếc lá bay ngan
Ít nhiều xao xuyến mộng vàng bâng khuâng.
Cho nhau sống lại một lần!
Nghìn năm còn nhớ miên man cuộc tình.

Đố vui

Hoa nào mà chẳng tàn phai?
Hoa nào quên tắm mỗi ngày vẫn xanh.
Hoa nào chẳng kẻ dỗ dành?
Hoa nào năm tháng một cành chẳng thêm?

*

Con gì sống phải có đôi?
Mọc ra chỗ hiểm, đứng ngồi gian nan
Cơm canh, thịt cá chớ màng
Quanh năm tắm gội, dọc ngan đi về.

Hạnh phúc nơi nào

Hạnh phúc trong em, hạnh phúc nơi đâu?
Gió thời gian thổi vạn vật phai màu
Người cũng vội lớn lên cùng sông núi
Ngày em về ngơ ngác một trời sao.

Ôi quê hương những chiều ta ôm ấp
Có lẽ nào mưa nắng đã quên em
Tóc thu xưa nay vẫn chảy êm đềm
Trên vai mộng một bờ yêu còn đọng

Dang đôi tay chiếc lá vàng ngơ ngác
Nhìn một lần, rồi rơi đậu vai ta
Trăng nửa khuya dừng lại trước hiên nhà
Treo lơ lửng ngàn dấu tình rong đuổi.

Phần II

Một Góc Vui Buồn

Cầu muôn dân thanh bình

Chờ trăng lên ngắm trời thay sắc
Sưởi đất mềm sanh nở vạn xuân
Gió xa mang lại tiếng rừng
Hương thơm quả ngọt ngập ngừng đơm bông.

Người trông cảnh bên lòng xao xuyến
Hạt đậu xanh re miệng nứt chồi
Ngậm cười cắn nhẹ vành môi
Trăng trôi một khoảng, mây trôi một trời.

Ai còn đứng đợi nơi đồng vắng?
Hạt lúa vàng trĩu nặng cựa tay
Tạ ơn trời đất vuông đầy
Bốn mùa hương nở, hoa say tặng đời.

Nhánh lúa vàng

(Kính tặng Ba Lê Văn Chiêu nhân ngày Nhà Giáo Việt Nam, 20 tháng 11)

Vào năm ấy tiết đông, trời thay sắc!
Các chú cò run rẩy đứng bờ ao.
Mấy nhánh lúa rều trước gió xôn xao,
Từng con én chao liệng nhặt hương sót.

Tuổi ấu thơ mơ màng hoa quả ngọt
Rẽ cỏ non tay chạm cánh bèo trôi
Cọ cựa chân trần, lúa ngã vào tôi
Cành lúa nước, hạt chín vàng óng ánh.

Bẽ lúa trên tay ép vào trang sách
Đem về ngượng ngùng, bẽn lẽn tặng cha.
Con biết rằng ngày nhà giáo còn xa!
Nhưng chỉ sợ, lúa không chờ ngày đó.

Khe khẽ ôm con, mắt cha ngầu đỏ
Cha là thầy, dìu dắt một đời con.
Từ ê, A đến câu nói vuông tròn
Công như núi ngàn đời con ghi nhớ.

Thời gian trôi xếp lại từng trang vở
Đời bôn ba theo vạn nẻo mây bay.
Rồi hôm nay, tay ôm cành hồng gai
Về tặng cha mừng ngày nhà giáo.

Tóc cụ bạc, đôi mắt mờ lảo đảo
Nâng cành hồng run rẩy với nhớ mong.
Trang vở ấu thơ, mực cũ phai dòng
Cành lúa khô còn nằm trên trang giấy.

Khập khiễng gậy tre, cha cười, đứng dậy
Sờ soạn chiếc bàn cũ kỷ bao năm
Đợ lúa trên tay, mắt nhìn xa xăm
Lúa nuôi con, tỏa thơm cùng trời đất.

Tình quê hương, cả đời cha thích nhất!
Cành lúa vàng, con đã tặng năm xưa.

Ba – Lê Văn Chiêu – cùng con gái Lê Hoàng Trúc (năm 1973)

Cành hoa giấy

(Kính tặng Mẹ Trần Thị Thanh nhân ngày Nhà Giáo Việt Nam, 20 tháng 11)

Mộng thấy đêm qua cánh hồng đông
Sáng nay qua chợ tự nhủ lòng
Mua hoa tặng mẹ ngày nhà giáo
Chắc mẹ, nơi lòng có đợi trông?

Năm nay đông lạnh hơn năm trước!
Rét rét ngoài kia hạt sương đồng
Bẽn lẽn tay cầm cành hoa giấy
Mẹ ơi! Tặng mẹ một cành bông.

Thật lòng con muốn tặng hoa tươi
Tấp nập hôm nay một phố người
Nghẹt nỗi màu hoa chưa ấm nụ
Nghe con thỏ thẻ, mẹ tươi cười.

Chút tình con gởi mẹ tràn vui!
Hoa giấy, hoa tươi cũng gọi quà,
Cô giáo ngày xưa là mẹ đó!
Con là tất cả một cành hoa.

Mẹ – Trần Thị Thanh – cùng con gái Lê Hoàng Trúc (năm 1973)

Huế xa

Anh và Huế một lối về thuở ấy
Em Tràng Tiền qua lại có buồn vui
Mỗi một lần ai nhắc huế xa xôi
Tim rạo rực như dòng Hương sóng gợn.

Tình tuổi trẻ tựa con thuyền mất trớn
Chèo đâu khua, sao gió lại vô tình?
Yêu thật đẹp, nào biết đời toan tính,
Mộng điên cuồng sông nước, Huế em say…

Chuyện xa rồi, chút kỷ niệm đêm nay.
Người trai Huế đôi mắt buồn sâu lắng,
Đêm cùng rượu cạn dần, lòng còn đắng.
Bình minh lên ngày mới lại xôn xao.
Tình kia theo gió về đâu?
Nhìn sương khói biết, Huế rầu rầu xa.

Lê Hoàng Trúc ở Nhật Bản (năm 2003)

Tiếng chim xưa

Vườn tôi nào có hơn anh
Quanh năm trúc rợp bóng cành phất phơ
Muôn chim kéo đến ẩn nhờ
Nhưng lòng trống trải, ngóng chờ tiếng xưa.

Cò tôi

    Con cò lặn lội bờ sông
Thương con nhớ vợ nên lòng nôn nao
    Nhà cò, nhà quạ cạnh nhau
Cò bay nhầm tổ, sáng sau mới về.

Thư gởi miền Trung

Anh có về quê, cho em gởi lời?
Miền Trung quê nghèo, nắng cháy mưa gieo.
Đưa tay nâng hạt gạo mới,
Ngày sau lũ kéo ngập đèo.

Anh có cùng quê, cho em chuyển quà?
Áo choàng tặng mẹ, thuốc bổ cho cha.
Kẹo thơm tặng em gái nhỏ,
Lời thương gởi đến mọi nhà.

Đêm nằm nghe sấm vang xa
Tim con gõ nhịp non già từng canh
Xin trời kéo áng mây xanh
Ru hồn non nước mộng lành qua đông

Hai tay quỳ khấn tận lòng
Trăng sao nghe tự soi hồng màu da
Hằng đêm con vẫn nhớ nhà
Nhớ màu đất Việt tiếng gà vọng canh.

Sa mạc

Giữa hồn ta là một vùng sa mạc
Hãy đến đây, mà gào thét giận hờn.
Dẫu sấm chớp, dẫu mưa tuôn ngày tháng,
Có bao giờ nghe tiếng gọi thế gian?
Đời đi qua muôn vạn nẻo gian nan
Nghe vị đắng ngấm trào vàng da thịt
Một nắm gạo chia nhau giọt nước mắt
Dìu trong đêm đi hết mấy vạn ngày.
Vòng thời gian
Giọt nước mắt
Một đời người
Tựa hư vô.
Chiều đông nhớ quê nhà, nhớ tiếng gà, nhớ bát canh rau.

Tìm câu lục bát

Tương tư gối bóng trăng ngà
Qua song gởi mộng, canh đà sang canh.
Ngoài sân đào nở đôi cành,
Tình xuân bên ngõ chòng chành gió đông.

*

Bến chiều lá vẫn buồn rơi
Thuyền ai trôi mhẹ tình chơi vơi chờ
Rì rào con nước đôi bờ
Cảnh tà hiu hắc bao giờ trăng lên?...

*

Gió đưa cành trúc la đà
Người thương quên lối, người xa lặn tìm
Chiều nay vườn vắng tiếng chim
Hoa buồn rũ cánh, nắng chìm nẻo xa.

*

Chiều kia mây gió lang thang
Gieo mưa vào hạ, hoa vàng ngẩn ngơ
Chim say, chim hót đôi bờ
Người nghe buông tiếng đợi chờ bóng thu.

(Họa sĩ tí hon: Jusmita)

Sông Cẩm Lệ đêm trăng

Một ngọn nến, một con xuồng
Trôi trong đêm vắng, mưa phùn rơi rơi
Tay chèo, trăng đậu ngoài khơi
Nến vừa tàn ngọn, trăng bơi trên dòng.
Người đây, đó bóng nguyệt hồng
Nhìn nhau cười mỉm, mưa đông lặn rồi.
Trăng trôi thì mặc trăng trôi!
Thuyền ta về bến, một đôi cùng chèo.

Hồ Hoàn Kiếm đêm đông

Muôn nẻo đường đời tựa gió mây
Chập chờn chiều nhuộm lá hoa bay
Đông xưa, ta đến trời thay sắc
Đông lại, tìm qua rộn liễu gày.

Mắt biết ngậm ngùi hạt nước vỡ
Tay buồn khua nhẹ làn sương say
Bóng ai, rẽ lối tìm hương cũ
Rùa ngậm rong cười, hồ nguyệt đầy.

(Họa sĩ tí hon: Jusmita)

Nhà tôi

Tìm lại hoàng hôn của thuở xa
Tre xanh tiếp rặng uốn la đà
Hương rơm theo gió mùi phảng phất
Mây trắng nghìn thu kết bóng tà.
Lách cách chày khua hạt gạo mới
Cười cười, nói nói, mẹ cùng cha.
Bốn con ríu rít như bầy sẻ
Chan chứa hồn quê một mái nhà.

Vọng mẹ lời xuân

Mỗi một mùa xuân con khát khao!
Mẹ về trong những giấc chiêm bao
Hôn làn tóc dại tràn thương nhớ
Thỏ thẻ lời yêu của xuân nào.

Mỗi một mùa xuân con ước mơ!
Ước gì mẹ đến lúc bây giờ!
Thầm thì áo mới khoe giày đẹp
Con mặc nghêu ngao với trẻ thơ.

Mỗi một mùa xuân con lớn thêm
Tình yêu cuộc sống chẳng êm đềm
Ước gì lời mẹ trong đêm vắng
An ủi, vỗ về những dịu êm!

Mẹ hỡi! Xuân này mẹ đến không?
Đầu năm con mặc chiếc quần hồng
Áo xanh, giày trắng xưa mẹ vá
Bên ngõ con chờ vạn nhớ mong.

Lời gió

Tôi viết lên đây những chân tình!
Lời thơ góp nhặt bởi tâm linh
Ai thương, ai nhớ, tôi thì cảm.
Ai giận, ai buồn cũng đừng khinh.

Tôi viết lên đây những buồn vui!
Của đời, của bạn, của riêng tôi.
Rộn lên tiếng đất trời trăn trở
Và cả màu yêu lẫn ngậm ngùi.

Tôi viết cho tôi những buổi chiều
Chăn trâu, cắt cỏ, gió hiu hiu.
Lớn lên chắp vá từng manh áo,
Thở vội lượm về một tiếng yêu.

Tôi viết cho đời chia nỗi vướng!
Sang cơm, xẻ áo lúc cùng đường.
Giàu sang, nghèo khó dùng tâm đãi
Và hãy vui chung những chặn đường.

Lời gió, ai còn mối thở than!
Phù Dung sớm nở lại nhanh tàn
Chiều lên bóng khói qua liền tắt
Nhìn xuống chân ta giọt lệ tràn.

Một chiếc lá vàng rơi chạm đất?
Địa đàn vạn vật những đầy vơi
Xanh xanh, đỏ đỏ, chiều vàng rụng,
Một nửa hồn tôi tặng cho đời.

Vườn số phận

Kiếp nghèo sao mãi bám theo tôi?
Buôn tới, buôn lui, đứng lại ngồi.
Quần vá, áo chằm luôn trống gió.
Bạn thưa, tình nhạt, có riêng tôi.

Khom vai gánh chiếu ngày hai chở
Miệng hét môi ngua, đẹp mấy lời
Ai bán, tôi mua vườn số phận?
Năm canh đổi lấy dệt mộng đời.

Mái nhà xưa

Nhà tôi nho nhỏ ở cuối làng
Chiều chiều ra ngõ ngắm thông reo
Men theo bến Huyến đôi bờ sậy
Lác đác trên sông những cánh bèo.

Gió nồm thổi nhẹ đêm hè nóng
Trời sao lấp lánh ánh trăng treo
Rổ sắn mềm thơm cùng muối đậu
Vui đủ qua đêm cuộc sống nghèo.

Mẹ hò ù… ơ …con cá lội!
Nhanh tay mà bắt tiếng cha chèo.
Xoong nồi chén đũa đua nhau gõ
Cả nhà nhộn nhịp cùng hát theo

Biết mấy buồn vui mà kể xiết
Thời gian thấp thoáng đã bay vèo
Chiếc bánh sắn chiều nơi sứ lạ
Ngậm ngùi bóc lá, hạt mưa gieo.

Đi nhặt thời gian

Tôi yêu quê tôi khi bình minh thức giấc
Yêu đồng lúa vàng nhan nhản cánh cò bay
Chiều hạ vàng bắt bướm đuổi hăng say
Yêu hoàng hôn tím dần về sau núi.

Nhớ thương quá quê hương thời ngắn ngủi
Ta ra đi lòng lưu luyến ngậm ngùi.
Bỏ lại sau lưng những chuỗi mộng mơ
Và những lời thơ non mềm ngây ngất.

Tiếng mẹ ru, đêm say lòng trời đất
Lạnh bóng cha già thui thủi đồng sâu
Những chiều mưa bụi chị em dắt nhau
Bên đường làng lũ trâu già gặm cỏ.

Nhớ những ngày ấu thơ tôi đã có
Sờ làn môi nứt nẻ bởi thời gian
Bàn chân chai cần cõi kéo dặm đàng
Thời gian chết, đâu nhặt về lối gió.

Tôi mơ màng hôm nay đêm trăng tỏ
Nhìn chân mây chép lại những hồi đầu
Bể trời già, không biết cuộn về đâu?
Quê hương ơi! Ngày nào ta trở lại.

Biển đời

Tôi nghèo không dám đến nơi sang
Sợ bạn chê tôi, kẻ cơ hàn
Cá mắm, rau xanh, ngày hai bữa
Thơ ca, mây nước, một hồn lan.

Bạn tôi, chúng nó giàu sang lắm!
Thương mại, công ty, nổi tiếng vang.
Cầu chúc cho nhau đời mãi đẹp,
Xuân đi, xuân lại vẫn thanh nhàn.

Đêm về nghe dế gáy râm ran
Rạng sáng ngắm sương tản mơ màng
Đời được hôm nay tôi đã chọn
Lòng này thanh thản đợi trăng tan.

Ngàn năm trời đất còn nguyên đấy!
Mấy thuở khai sinh hỡi thế gian!
Mưa nắng, gió mây, thường biến đổi.
Trăm năm danh lợi cũng phai tàn.

Lời mẹ ru

Gió chiều thổi ngược bến xa
Sông thu sóng lặng, sương già buông rơi.
Trông lên tím một khoảng trời,
Vầng mây ngơ ngẩn, tôi thời ngẩn ngơ.

Nhìn qua xóm nhỏ lặng mờ
Nơi con lớn dậy, nương nhờ lời đưa.
Con ơi! Ngủ trọn giấc trưa,
Cho vơi nắng hạ, đong vừa tuổi mây.

Con ơi! Mẹ đấy đêm ngày,
Trăm hoa xây mộng kết dài chân con.
Bay đi cánh bướm còn non,
Bến quê bóng mẹ trông mòn tháng năm.

Tha phương đất khách ăn nằm
Như mây lạc gió như mầm nhớm đông.
Giờ đây con đứng bến sông,
Mẹ ơi! Con gọi mây hồng có nghe!...

Con về ngắm lại rặng tre,
Cây khô nằm đó, quanh hè mẹ đâu?
Trời cao nghe trút cơn sầu,
Mưa giăng ngập lối, mắt ngâu đỏ bầm.

Hai tay chắp lạy lâm râm
Thương ôi, con nợ khóc thầm lời ru.
Quanh chân nghi ngút sương mù,
Cho con quỳ xuống nghìn thu tạc lời.

Đời bạc

Không gian mang máng cảnh âu sầu
Tìm lại người xưa có thấy đâu
Nhà cổ bạc màu rêu phủ mái
Đường quen xơ xác cỏ chen lau.

Dò thăm bạn cũ người đã khuất
Trông thấy mộ bia lệ ứa trào
Cảnh khó chung thời chia nắm gạo
Giàu sang phú quý lại xa nhau.

Yên quốc bình thiên hạ

Trăng thu một mảnh chiếu giang hà
Sơn thủy trùng trùng nới chân ra
Ai biết đất trời đà bao tuổi
Vui lòng, ta hát hộ lời ca.

Việt Nam sông núi ngàn ngàn dặm
Hồng Lạc muôn đời tiếng vang xa
Cố quốc yên bình, dân thụ hưởng
Rừng vàng, biển bạc, đãi gần xa.

Mùi dưa cải

Gió đưa hoa cải bay xa
Hạt già gởi lại vườn nhà đất quê
Trông màu nắng ấm bên tê
Thu sau mầm nảy lá về như xưa.

Mẹ tôi hái lá muối dưa
Biết rằng tôi thích ăn dưa cải dầm.
Đêm thu dưới ánh trăng rằm,
Mẹ hò điệu lý con tằm cắn dâu.

Mấy mùa thu tiếp qua mau,
Buồng cau hái xuống, lá trầu tem đôi.
Theo chồng neo bến xa xôi,
Nhớ mùi dưa cải hồi còn bé thơ.

Nhắc phone, trong lúc đợi chờ,
Giọng cha rang rảng con giờ khỏe không?
Năm sau giỗ mẹ tiết đông!
Cố mà dàn xếp nhà trông con về.

Giật mình như tỉnh cơn mê
Biết rằng mẹ đã bay về cõi tiên
Trông lên giọt lệ rơi nghiêng
Giục trời mưa đổ buồn riêng cảnh chiều.

Mẹ ơi! Con nhớ mẹ nhiều!
Nhớ mùi dưa cải chín chiều mẹ nuôi.

Chuyện con cá hồi

(Thương tặng Em trai Lê Hoàng Quang)

Chị rủ em đi bắt cá đồng
Ruộng khô ngập lụt giữa đêm đông
Chiếc đèn neon chị đi trước
Hừng đông gà gáy về giỏ không.

Chị rủ em đi tác cá mương
Đắp bờ, ngăn lạch cả một đường.
Hì hà, hì hục chị em tác,
Chiều về đáy giỏ một con lươn.

Em bảo chị rằng, chị hai ơi!
Chờ khi em lớn đầu đội trời,
Gõ cổng thiên đình xin thêm cá
Để chị bắt được con cá hồi.

Theo dòng nước bạc em lớn mau
Chị đã sang ngang bến nơi nào?
Con cá hồi xưa em bắt được!
Muốn gởi chị đây mà làm sao?

Chú vịt con

Cắp cắp tiếng vịt ở bên ao,
Mẹ ơi! Bắt tép cho con nào!
Lũ gà chen nhau dành hết cả
Chẳng biết con đây phải làm sao?

Cắp cắp trong vườn tiếng vịt cha,
Mẹ con sương gió nay đã già!
Chắp cánh vào đời đi con nhé!
Chớ có ham chơi mãi la cà.

---

* Bài thơ Hoàng Trúc đã viết tháng 6 năm 1983. Mùa hè năm ấy cái nóng của miền Trung rất khó chịu. Trúc bị mẹ rày vì không đi vớt rong cho vịt.

Tuổi ấu thơ còn lại trong đôi mắt con

Nhớ rặng tre xanh gõ tuổi hồng
Kẻo kà, kẻo kẹt mọc mé sông.
Mưa bão, đôi bờ vòm nghiêng ngả
Ôm lấy bờ vai mái tóc bồng.

Thời gian chắp cánh bay theo gió
Dấu chân dĩ vãng lún bụi đồng
Nhìn lại bến bờ xa xôi quá
Nỗi nhà tan tác, phận long đong.

Xuân thanh bình

Giọt sương rơi nặng trĩu hoa đào
Sắc bướm từng đàn nối cánh nhau
Các trẻ nô đùa quanh ngõ trúc
Vàng oanh thỏ thẻ dưới bờ ngâu.

Cụ tiên cao tuổi bên bàn gõ
Đếm lá xem tay bói quẻ đầu
Vạn phúc muôn dân cùng thụ hưởng
Nhà nhà tài lộc tiếp xuân sau.

Xuân cầu duyên

Én liệng từng đàn réo gió đông
Đào xinh hé nụ kết tơ hồng
Nghiêng nghiêng liễu rũ nơi đài phật
Lửng thửng mây trôi giữa chốn không.

Đầu xuân thiếu nữ đi xem quẻ
Cúi lạy ba keo kiếm tấm chồng
Xăm ứng năm nay duyên chửa đậu
Chờ ba xuân nữa chớ buồn lòng.

Xuân phát tài

Hừng đông mở cửa thấy đào bay
Nằm mộng đêm qua én réo bầy
Con đậu, con bay, con có bạn
Xuân về kéo số thử cơ may.

Bầu cua, tôm cá, thua mờ mắt
Số đỏ, số đen, sắp cạn tài
Bói quẻ năm nay làm khấm khá
Đầu hao, đuôi gở, tiền về tay.

Cảm xuân

Năm ngoái, ngọ đông rộn tiếng ca!
Chị em xướng họa rượu nâng mời
Nhìn mai đếm cánh xem thành đạt
Cảm nguyệt thơ trào giục sương sa.

Tâm tình xuân ý chị em gởi
Khắn khít lời thương ấm cửa nhà
Răng dạy cháu con gìn đức đạo
Muôn đời nhân nghĩa tiếng vang xa.

Tình chị đêm xuân

(Thân gởi các em: Việt, Quang, Lân và Châu)

Chị tặng các em mấy khúc xuân!
Đầu năm tài lộc đến tưng bừng
Dồi dào sức khỏe thêm duyên mới
Náo nhiệt, xôn xao, rộn cả xuân.

Chị gởi các em những nụ mai!
Dù xa ngàn dặm vắng xuân này
Vườn xuân nơi chị tràn hoa nhớ
Đêm mộng chị em, tay níu tay.

Mỗi xuân một tuổi, tóc người rơi!
Em hãy lớn lên, lớn với đời!
Năm tháng mai già không trở lại
Ngày xuân chị gởi em đôi lời.

Trăng xuân

Trăng non nửa tỏ, nửa mờ
Bay qua vườn mộng trăng chờ bóng ai?
Dáng đào cùng với dáng mai
Đêm xuân rực rỡ trăng gày ngẩn ngơ.

Buồn xuân

Sương rơi man mác cảnh âu sầu
Lộ hẹp xa dần, sông vắng đâu?
Sắc liễu phai màu, hoa rủ cánh
Người về sông núi đã quên nhau.

Mưa xuân rơi nhẹ hồn xuân vỡ
Vành nguyệt treo nghiêng nhạt nhẽo màu
Ngõ trúc ai buồn nghe lá rụng
Đường xưa, bến nọ có còn đâu?...

Mưa xuân

(Thân tặng: Bảo Lâm, Hữu Ái, Bích Trâm, Hồng Hạnh, Thu Phương – xuân 2010)

Mưa xuân rơi lạnh nước xuân sầu
Mừng bạn bao năm gặp lại nhau
Giữa đất Tam Kỳ khơi niềm cũ
Một thời thơ mộng đã đi sâu.

Tan cuộc chia tay lòng xao xuyến
Kẻ đi lặng lẽ dưới mưa rào
Người về heo hắt lòng canh cánh
Thầm hỏi bao giờ đến xuân sau?...

Tình bạn

(Thân tặng: Thầy Tửu, anh Lê văn Giá, anh Chiến và chị Bích Liễu)

Hồn xuân gõ cửa dáng xuân ca
Bạn đến thăm tôi bóng xế tà
Chén rượu dòng thơ thay lời cảm
Ngọn đèn khêu mãi thế trăng sa.

Đầu non sao rụng lòng lo sợ
Canh điểm kia rồi lời thiết tha
Đà Nẵng Tam Kỳ tình tri kỷ
Xuân sau gặp lại dưới trăng ngà.

Du xuân

Gậy trúc theo ông chúc bạn xưa
Đường xa mỏi gối tạm bóng dừa
Gió xuân nhè nhẹ hồn du lão
Bác xã trông lên nắng trật trưa.

Đến thềm bạn cũ vui khôn xiết
Rượu rót, tay nâng mấy chẳng vừa.
Xuân mới thương về lời xuân trước,
Canh tàn ngất nghểu bóng trăng đưa.

Mời anh về thăm quê em

Mời anh đỗ bước ngắm quê em
Đà Nẵng Miền Trung dãi đất mềm
Mưa gió bốn mùa luân chuyển đổi
Đông tràn lũ kéo đất xanh thêm.

Thu sang, sông núi chia màu lá.
Vào hạ, biển hòa bãi cát đêm.
Hải sản thú rừng quanh năm đủ,
Xuân nay mai nở rộ bên thềm.

Vườn đậu đỗ

Má hồng lỡ lứa lại lỡ thì
Giữ vườn đợi bóng mấy con ri
Sợ gì lấp ló sau vòm liễu?
Đất rộng người thưa chớ có vì.

Qua chơi mới biết vườn rộng hẹp
Mẹ thầy đi vắng có mấy khi
Còn không mau đến nhặt hạt đỗ!
Chờ ba xuân nữa chẳng còn gì.

Sợ ong châm

Hoa đâu mà lạc giữa rừng tre?
Kìa con ong đực cứ xập xòe
Mùi hương tỏa nhẹ trong tiết nắng
Khát mật chiếc vòi ngắn vo ve.

Tổ cha thằng chủ nuôi ong đấy!
Của nhà không nhốt để xông bè.
Mang cái vòi con bay khắp lối,
Có ngày trúng độc chết nằm le.

Mộng Tím

Đêm hồng lạc

Một đáy toan toan bể lộn trời
Muốn hụp, muốn trồi chẳn dễ chơi.
Trống canh đổ tới hồi chiêu mộ,
Hộ tống quân binh kịp tất thời.

Tiên phong phất cờ hồng sinh tử
Hai bên hò hét nước phủ tời
Một mất, một còn trên biển vắng
Hừng đông quân tướng rụng tơi bời.

Tuổi học trò

Con ong nho nhỏ
Nụ hồng xinh xinh
Chứa gì trong đó?
Con ong rập rình.

Nằm trên cành nhỏ
Mấy chiếc lá non
Gió về trước ngõ
Con ong mất hồn.

Mộng Tím

Lý tương tư

Tay nâng chén thả hồn theo gió
Rượu ngấm lòng sầu chốc nhẹ bay
Tiếng dế đêm năm canh thức gõ
Hơi men lên phủ bóng trăng gày.

Quỳnh hé nụ hương tràn bát ngát
Trời đêm thu nửa thức bên say
Chờ ai tiếng hát buồn tan tác…
Một cõi u mê trọn kiếp này.

Sông thu

Qua mùa lá rụng trái duyên đeo
Mưa nắng đường tình nét thu teo
Heo heo ngọn gió từ phương bắc
Thổi đến đèo ngang đợi nắng reo

Lèo tèo lá hẹ khơi dòng nước
Xa xa thấp thoáng bác thợ chèo
Thuyền neo hỏng mái chờ ai đó?
Gió lọt lỗ thuyền, con nước reo.

Qua đèo

Một, hai, anh lái lên đèo…
Ì à… ì ạch… cỗ máy reo…
Cheo leo đồi hạ dăm lá cỏ,
Le te dòng nước rịn trong veo.

Ngất ngửa chân mây còn xa tít
Đường đi mỗi lúc lại cong vèo
Lạy chúa! Con vừa trăm bước nhịp!
Đến nơi hai bánh cũng vừa teo.

Lê Hoàng Trúc ở Hà Nội (năm 1993)

Không thích tu chùa một cột

Chùa anh một cột, em không tu!
Sợ rằng cột bé gãy đêm thu.
Lốc cốc tìm nơi đình rộng lớn,
Lạy mãi kinh thư dại hóa gù.

Có ai về nhắn thầy đúc cột?
Nợ trần chưa dứt dùi mõ đu.
Cột nó, chùa xưa còn hay gãy?
Mõ cũ bên đời vẫn reo thu.

Vọng sầu ca

Gió ơi, đừng thổi giọt châu sa!
E bụi vô tình khó hiểu ta.
Thế cuộc bên đời còn rối rắm,
Đường trần cay đắng lắm phong ba.

Mộng hồ chưa tỉnh trời thay tím
Thức giấc bình minh chốc ngả già
Bỗng thấy xuân về tình chan chứa
Đời người sầu hận, một bài ca.

Nhớ quê

Ta ngủ yên trong lòng ngực rộng
Gió hiu hiu thổi nhẹ bên tai
Nửa đêm nghe tiếng mưa rơi vỡ
Bờ liễu ngoài hiên ngọn bắc lay.

Đầy cửa canh tròn trăng rụng xuống
Sương rơi đôi hạt ướt vai gày
Lúa hương đất mẹ tràn hơi thở
Mới nhớ trời quê lũ ngập đầy.

Chiếc lá mong manh

Sáng mùa thu lá vàng rơi vào ngõ
Chiếc xe qua hoa trắng phủ một màu
Lệ ứa trào trái tim chợt buốt đau
Một lần cuối đưa bạn về cõi mộng.
Trời hôm ấy muôn màu ôm tang tóc
Chiều hôm nay, rượu chẳng biết mời ai?
Nâng lên nhiều thả xuống vẫn còn đầy.
Men nếp đắng một mình càng thêm đắng.
Bên mộ xanh tàn hương qua chưa lạnh,
Mời bạn này hãy uống cạn hơi men!...

Hồng mã

Mộng vỡ, hồn đâu, cảnh cũ tàn.
Nhà xưa cát bụi xóa tan hoang,
Ba gian ngói đỏ gom tạc dạ,
Một nắm tro hồng nặng vai mang.

Dĩ vãng đêm qua đành gác lại
Tương lai trước mắt quyết huy hoàng
Dưới trăng, lòng nguyện bình gia cảnh
Thúc ngựa tung hoành bất hiểm nan.

Còn lại đàn em tôi

Tết nay chị vắng các em ngoan!
Bánh mứt, hạt dưa có đủ dùng?
Giày mới, áo quần khoe lũ bạn
Như mùa xuân trước chị vui chung?

Từ khi vắng mẹ mấy xuân nay
Hơi thở hương hoa chẳng được đầy
Từng cụm mai vàng không lấp lánh
Nụ cười em chị bớt thơ ngây.

Thôi đành, em đợi đến xuân sau!
Chị nhặt rong xanh giữa sóng gào
Gọi lũ ong ruồi xe giúp mật
Đông đầy hạnh phúc tết bên nhau.

Chị hứa lời vàng gởi đến em!
Những mùa xuân tiếp sẽ êm đềm
Vui lên cùng đón ngàn hoa nở
Và mộng mẹ về trong bóng đêm.

Chân quê

Ai đi mà chẳng nhớ quê nhà
Đầm đìa ngọn cỏ bóng trăng hoa
Dặm liễu sương chiều buông gió nhẹ
Hoàng hôn lơ đảng đến xa xa.

Tóc mẹ thưa dần cao trán gió
Lưng còng thui thủi mắt nhạt nhòa
Vườn cũ người thương cùng ở lại
Đi nhé, mẹ ơi, con sẽ xa!

Lòng quê cất bước tràn lưu luyến
Nắm đất trên tay chốc mặn mà
Thổi vào trong gió mây cùng nước
Ngày về nhớ mặt dấu chân ta.

Tiến xuân

Hôm qua năm cánh mai vàng
Giận ta say ngủ để nàng xuân xa
Đưa tay hứng giọt sương già
Sương tan nhè nhẹ, mắt ta thoáng buồn.

Cành mai trước gió run run
Xuân đi để lại muôn vàn nhớ thương
Mỗi xuân là mỗi dặm đường
Mong rằng xuân tiếp, con đường mãi xanh.

Không mợ chợ cũng đông

Thời gian thấp thoáng đã trôi đi
Mang cả tình yêu lẫn hận thù
Uất hận lâu nay dường như cạn
Một chiều thong thả ngắm mây thu.

Mấy công chẳng quản nên hay vỡ
Việc nước ngoài kia họ rối bù
Thế thái nhân tình luôn biến đổi
Không ta, trời đất cũng vi vu.

Nhà ngoại

Mặt trời vừa ló phía đàng đông
Gà gáy ban mai giục nước ròng
Vượn hú, chim kêu nghe rảnh rót
Đêm qua nhài trổ trắng vài bông.

Ngoại tôi, nhà ở nơi hoang vắng!
Đầu ngõ vi vu ngọn gió đồng.
Lâu lắm không về nơi xóm nhỏ,
Bao năm xa cách vẫn bên lòng.

Mẹ Trần Thị Thanh (1950-2001)

Mẹ tôi

Làng tôi nho nhỏ ở ven sông
Đêm xuống trăng soi gió nước lồng
Vi vút thông reo đồi cát trắng
Nhẹ nhàng sóng vỗ giữa mênh mông

Ngày ngày hai buổi theo chân mẹ
Một chiếc thuyền con lướt với dòng
Mẹ bảo đời người như bọt biển
Bồng bềnh tan rã cùng hư không.

Áng mây buồn

Ngàn năm mây trắng vờn trên ấy?
Có gặp người xưa ở chốn này?
Sông núi già đi cùng cát bụi,
Đời người như mộng tựa sương mai.

Lung linh thấy đó rồi tan biến
Lấp lánh vàng son được mấy ngày
Tỉnh giấc đêm khuya con gọi mẹ
Trên đầu lơ lửng một vòm mây.

Trăng thu

Ai đêm trăng thả trên dòng?
Vàng thu lá rụng bềnh bồng với trăng
Gió đưa thuyền mậu đến gần
Lại e, trăng vỡ muôn phần xót xa.

Cung mây trút hạt sương già
Trăng tan vào nước hồn ta lạnh lùng
Trăng ơi! Sao chẳng mộng cùng?
Sông khuya vắng lặng mông lung một thuyền.

Giữa mênh mông

Anh vẫn còn yêu em thắm thiết
Mà em đây vẫn biết tình anh
Nếu mai sau mộng vỡ tan tành
Anh có khóc khi hoàng hôn rụng xuống?

Em vẫn biết trái tim thầm nuối tiếc!
Dòng thời gian đâu đảo ngược bao giờ.
Cho một lúc dừng lại nhiều thu trước
Thì đôi mình vẫn cách trở anh ơi!

Rồi thu nữa, nỗi buồn vơi theo khói!
Trái tim anh bất chợt sẽ quên em.
Trong mênh mông đợi chờ dần héo cạn,
Qua từng thu gởi lá rụng về ngàn.

Em sẽ gọi tên anh trong tìm thức!
Dẫu chưa lần tao ngộ dưới vàng thu.
Bởi ảo giác điên cuồng bên khát vọng,
Gió lang thang réo gọi, cõi tình mù.

Rau đắng

Nhớ cây rau đắng mọc đồng sâu
Nắng rọi nấm lưng áo bạc màu
Mưa đổ từng hồi rau ngập nước
Dãi dầu một thuở dưới trăng sao.

Đôi khi lưng rổ hai viên kẹo
Lắm lúc đầy nưa được mấy hào
Sớm sớm, chiều chiều chen bóng cỏ
Hình hài lớn dậy giữa hương lau.

Con chuồn

Con chuồn đậu cạnh rào ao
Tôi theo em bắt, lộn nhào ướt mem.
Đây này, anh níu tay em!
Ngày sau mình lớn cùng tem miếng trầu.

Muôn dặm trăng về

Gởi mộng vào hồn đôi mắt sâu
Đong đưa cành liễu lá buông sầu
Vầng trăng sáng tỏa đưa chân bạn
Muôn dặm đi về còn nhớ nhau.

Đường khuya lối gió người thương hỡi!
Cắn nụ hôn say môi đượm màu
Mãi mãi ngàn đêm ngậm sắc cũ
Hương tình đọng lại thắm mùa cau.

Mãi một bóng hình

Xa anh rồi, giấc ngủ không yên!
Dốc rượu say quên nỗi muộn phiền
Duyên đượm mới nhưng lòng tưởng cũ
Chợt nhận ra tình đã muộn màng.

Xa anh rồi, mỗi lúc thu sang!
Đếm lá rơi như thấy mộng tàn,
Máu vẫn chảy tim, hồng hóa đá,
Xin thời gian trả lại anh yêu.

Phố biển xưa tìm lại bóng chiều
Màu hoàng hôn tím chừng như hiểu
Anh là sóng ngàn năm đơn điệu
Trọn kiếp này thầm nhớ về anh.

Tình

Trăng trên ấy chẳng hay đời thay đổi
Người giàu sang đâu nhàn rỗi ngắm trăng
Én xưa đảo cũ xa dần
Gió qua sầu gợn sóng lăn tăn dồi.

Trời uất hận chia mây trôi trăm ngã
Đường không chung tình tan rã bên đời
Ngẩn lên hứng hạt mưa rơi
Chiều buồn xuân lạnh hoa rời rạc hương.

Lời ai gởi, còn vấn vương gối mộng!
Man mác sầu cúi nhặt cọng rơm bay
Tích xưa còn đọng đời này
Bể tình muôn thưở nào ai thoát là.

Gió tình yêu

Gió tình yêu vỗ nhẹ lên vòm me
Hàng cây nghiêng chờ đợi trời thay áo
Nếu anh qua một lần, xin dừng lại!
Nhớ mùa thu – nhớ chuyện của đôi mình.

Nghe quanh đây tiếng côn trùng ngon giấc,
Nhịp thu rơi, ru lại vạn nhịp đời.
Nghe quanh đây bước chân người tất bật,
Giữa thu vàng, trăng lơ lửng chơi vơi.

Mỗi cuộc tình, một dấu mòn dĩ vãng.
Mỗi thu đi, một vết thẹo vô hình.
Anh có biết những mùa thu sau nữa
Được bao lần nhìn lại lá vàng xưa?...

Xuân mộng

Cơ duyên ai guột giữa trần gian
Ngày tháng trôi mau nối dặm đàng
Lời ngọc, bút hoa cùng tạc phụng
Đời này, kiếp kiếp tỏa hương ngàn.

Bao giờ, xuân đến đào nghinh đón!
Ngày ấy, em về đợi gió sang.
Én chở cung mây tô sắc cỏ,
Cùng nhau dệt thắm một non vàng.

Nụ tầm xuân 1

Môi em thắm bên nắng chiều nhè nhẹ
Tóc em bay theo làn gió xuân hời
Anh ngắt lấy cánh mai vàng chớm nở
Chợt mỉm cười thỏ thẻ tiếng yêu em.

Chợ ngày xuân dòng người chen tấp nập
Con phố qua in lại dấu bàn chân
Đêm buông xuống nét xuân cùng lắng đọng
Lá mai non lạnh lẽo giọt sương trời.

Đưa em về, ngỏ đời mênh mông quá,
Khúc yêu thương như réo gọi từng giây.
Tay trong tay mà vẫn thấy chưa đầy,
Yêu là thế, không bao giờ đủ cả!...

Cho tất cả, hay nhận được tất cả?
Nụ tầm đây, anh trao hết cho em!
Đợi năm sau trái xuân đặng chín mềm,
Ta cùng hái, mời mọi người em nhé!

Nụ tầm xuân 2

Nụ tầm xuân nở xanh trước ngõ
Em lấy chồng, anh có buồn không?
Trầu cau đâu có mấy đồng!
Sao anh lại để má hồng nhạt phai?
Sáng nay xác pháo bay đầy
Bến kia xa lắm anh ơi!... hỏng rồi.
Bờ trăng buồn áng mây trôi
Con chim chiền chiện thả mồi ngóng theo
Chân đi một bước kèo nèo
Ngoảnh lui, nhìn tới lệ gieo nẻo đường.
Mối tơ đàn ấy còn vương
Cõi xuân ơi hỡi! Người thương giã từ.
Hồng nhan bạc phận thế ư?
Chỉ thêu nhầm áo thật hư thế này.
Trăng thề ngày đó còn đây
Lời chàng gió thổi cung mây vỡ rồi.
Trăm thu phận liễu gió dồi,
Hỏi người đàn ấy đứng ngồi vui chăng?...

Thơ tình cuối mùa đông

Rót cạn giọt mưa đêm cuối đông
Sương tan đầu gió, bóng trăng lồng
Thềm loan, gối chiếc in mày liễu,
Nguyệt rọi môi xuân lấp lánh hồng.

Gặp nhau đâu dễ, xa càng khó!
Đêm xuống ngày qua gụt nhớ mong
Quỳnh nở về khua hương tỏa nhẹ
Tròn trăng mà thấy khuyết bên lòng.

Mộng điệp

Trong màn đêm ta hôn em vội vã,
Đôi môi nàng lạnh giá đến từ đâu?
Ta biết rằng nàng trong cõi chiêm bao
Nhưng vẫn muốn giấc mơ dài suốt kiếp.

Hai thể xác hòa thành đôi bóng điệp
Cuộn lấy nhau trên những bãi cỏ vàng
Tiếng gà rừng trỗi dậy giục trăng tan
Đôi bướm trắng nhìn nhau cùng rơi lệ.

Em về đây cõi âm xa trần thế
Ngày gặp nhau hẳn không biết bao giờ
Tình Lan Điệp vội vụt tắt trong mơ
Anh yêu ơi, đừng chờ em nữa nhé!

Làn khói tan, tan dần trong gió nhẹ,
Người mộng còn khe khẽ gọi tên em.

(Họa sĩ tí hon: Jusmita)

Một mảnh trăng buồn

Trăng rơi sông vắng vỡ làm đôi
Con nước vô tình một mảnh trôi
Ngơ ngác mờ dần trong bến lạ
Dòng xưa thầm lặng ngóng xa xôi.

một mảnh Trăng buồn

Trăng rơi
      Sông vắng vỗ làm đôi
Con nước vô tình
          một mảnh trôi
Ngọ ngát mờ dần
              trong bến lạ
Dòng xưa thầm lặng
          ngóng xa xôi.

Bát chè xanh

Bát chè xanh con uống
Từ bàn tay mẹ gày
Bẻ lá trong sương sớm
Ngọn nắng lùa lung lay.

Ngàn cọng rơm cháy đỏ
Ngọn lửa tuổi ấu thơ
Thiêu những ngày gian khó
Mẹ thương con vô bờ.

Mỗi đêm hoa chè nở
Từng giấc nồng mẹ ru
Đôi mắt người rạng rỡ
Chắp cánh con vào đời.

Bao năm rồi trăng nhỉ?
Mây trôi về nẻo tà
Chè già theo tuổi mẹ
Nặng bước đời, mình ta.

Mộng Tím

Đôi chim trời

Tôi kính anh, một người thầy giáo!
Lòng mến nhau qua nét chữ vần thơ
Yêu cái vẩn vơ, thương tuổi lờ mờ
Theo mây gió một sợi tơ ràng buộc.

Tình miên man cõi trăng cười vi vút
Trái tim hồng rung muộn nhớ về nhau
Cuộc đời này vạn vật mãi xôn xao
Cho hai đứa ướp nồng men tình ái.

Mong một ngày đôi chim cùng ve vẩy
Nhuộm hương hoa tô thắm những ngàn non
Nắm tay nhau nuôi mộng vẽ vuông tròn
Cho trời đất mặn mà cùng nhân thế.

Mục Lục

Phần I (Thơ Tình Bốn Mùa)..................1

Tình muôn thuở................................v
Lập xuân 2....................................2
Nàng xuân....................................3
Xuân 1.......................................4
Dấu trăng....................................5
Mộng Tím....................................6
Hoa ngọc lan.................................8
Gọi thu giữa đông............................9
Bay đi tuổi hồng............................10
Hương ru....................................11
Lệ khô......................................12
Bóng Chim...................................13
Phận sen....................................14
Tôi và sen..................................15
Say...15
Biển và em..................................16
Xuân 2......................................18
Cỏ thu......................................19
Cánh lan chiều..............................20
Mơ hoa......................................21

Chuyện ba người	22
Mùi thạch thảo	23
Tiếng thu	24
Gió quỳnh hương	25
Tình chàng ý thiếp	26
Nghĩa	27
Một mình ta với ...	28
Mình ta với ...	29
Biển	30
Mai lỡ	31
Tiếng côn trùng trong đêm mưa	32
Quán đêm	33
Chúng mình không thể nào gần nhau	34
Vườn dâu	35
Phố xưa	36
Trăng lạc	36
Con oanh	37
Ngược dòng Hương Giang	38
Trở về Sơn Trà	39
Bướm thu	40
Hồn Hoang	42
Cánh chim cô đơn	43
Bao giờ	44
Bài họa	44

Tạo hóa trớ trêu	45
Giọt sương mai	46
Dạ hoa	47
Thu miên man	48
Bướm hạ	49
Dấu hạ	50
Ngàn năm vẫn đợi	51
Cánh tím hoa xưa	52
Thơ tình cuối mùa thu "ngày ấy"	53
Cây trúc xinh	55
Mưa hoang	56
Đông về chưa anh	57
Em về bến xa	58
Cơn gió vô hình	59
Đường xưa	60
Họa hình	61
Mưa về lối cũ	62
Âm vang mùa thu	63
Thu ngập ngừng	64
Hai mùa mưa	65
Yêu	66
Vườn lão hạc	67
Thu bất chợt	68
Một nửa vầng trăng	69

Gió phương nam..70

Giao mùa...71

Cành xoan chiều..72

Phấn hoa...73

Khúc dạ đông..74

Vào hạ...75

Trăng...76

Tửu sầu qua đông...77

Mộng đông..78

Nửa hồn thu lạnh..79

Ước...80

Hoa...81

Cánh mai vàng...82

Giọt nước mắt cho em.......................................83

Tống mộng sầu ca..84

Mộng tư hoa...85

Hoa thủy tiên..86

Nếu lỡ...87

Chuyện tình trên dòng Sông Hương..................88

Lâu đài cổ tích..89

Xin còn gọi tên nhau..90

Ai yêu màu tím...91

Thập lục khîm cầm...92

Xin một lần bên nhau...93

Chuyện chúng mình..94

Giọt nhớ qua đêm...95

Từ dạo ấy..96

Hai khoảng trời đêm....................................97

Xuân vắng em...98

Đoạn tương tư...99

Đóa quỳnh nở muộn..................................100

Viết cho người tôi yêu (T2).......................101

Đào lạnh đông...102

Đông..103

Dáng xuân xưa..104

Lời cuối cho anh..105

Sóng và cát..106

Mộng đào hoa...107

Vàng thu...108

Cho nhau một lần......................................108

Đố vui..109

Hạnh phúc nơi nào...................................110

Phần II (Một Góc Vui Buồn).........................111

Cầu muôn dân thanh bình 112

Nhánh lúa vàng..113

Cành hoa giấy...116

Huế xa	118
Tiếng chim xưa	119
Cò tôi	120
Thư gởi miền Trung	121
Sa mạc	122
Tìm câu lục bát	123
Sông Cẩm Lệ đêm trăng	124
Hồ Hoàn Kiếm đêm đông	125
Nhà tôi	126
Vọng mẹ lời xuân	127
Lời gió	128
Vườn số phận	130
Mái nhà xưa	131
Đi nhặt thời gian	132
Biển đời	133
Lời mẹ ru	134
Đời bạc	136
Yên quốc bình thiên hạ	136
Mùi dưa cải	137
Chuyện con cá hồi	138
Chú vịt con	139
Tuổi ấu thơ còn lại trong đôi mắt con	140
Xuân thanh bình	141
Xuân cầu duyên	141

Xuân phát tài	142
Cảm xuân	142
Tình chị đêm xuân	143
Trăng xuân	144
Buồn xuân	144
Mưa xuân	145
Tình bạn	146
Du xuân	147
Mời anh về thăm quê em	148
Vườn đậu đỗ	149
Sợ ong châm	150
Đêm hồng lạc	151
Tuổi học trò	152
Lý tương tư	153
Sông thu	154
Qua đèo	155
Không thích tu chùa một cột	156
Vọng sầu ca	157
Nhớ quê	158
Chiếc lá mong manh	159
Hồng mã	160
Còn lại đàn em tôi	161
Chân quê	162
Tiễn xuân	163

Không mợ chợ cũng đông	164
Nhà ngoại	164
Mẹ tôi	165
Áng mây buồn	166
Trăng thu	167
Giữa mênh mông	168
Rau đắng	169
Con chuồn	170
Muôn dặm trăng về	171
Mãi một bóng hình	172
Tình	173
Gió tình yêu	174
Xuân mộng	175
Nụ tầm xuân 1	176
Nụ tầm xuân 2	177
Thơ tình cuối mùa đông	178
Mộng điệp	179
Một mảnh trăng buồn	180
Bát chè xanh	182
Đôi chim trời	183

Tập thơ đầu tay của Lê Hoàng Trúc – *"Bông Cỏ May"* – xuất bản năm 2010, mời bạn thăm khảo tìm đọc.

Lê Hoàng Trúc: **Thơ Tình – Mộng Tím**

Thiết kế bìa và trình bày: Adam Burgess

Sửa chữa bản in: Lê Văn Chiêu, Huỳnh Thị Ba, Lê Văn Tín

Mời bạn đọc hãy vào xem trang web:

www.Lehoangtruc.com

E-mail: Eve@lehoangtruc.com

www.ingramcontent.com/pod-product-compliance
Lightning Source LLC
LaVergne TN
LVHW041618070426
835507LV00008B/307